அப்ஸரா

கிழக்கு பதிப்பக வெளியீடுகளாக சுஜாதாவின் புத்தகங்கள்

21ம் விளிம்பு
24 ரூபாய் தீவு
6961
அப்பா, அன்புள்ள அப்பா
அப்ஸரா
அனிதா - இளம் மனைவி
அனிதாவின் காதல்கள்
அனுமதி
ஆ..!
ஆட்டக்காரன் சிறுகதைகள்
ஆதனிலால் காதல் செய்வீர்
ஆயிரத்தில் இருவர்
ஆர்யபட்டா
ஆழ்வார்கள்:ஓர் எளிய அறிமுகம்
ஆஸ்டின் இல்லம்
இதன் பெயரும் கொலை
இரண்டாவது காதல் கதை
இருள் வரும் நேரம்
இளமையில் கொல்
இன்னும் ஒரு பெண்
உள்ளம் துறந்தவன்
ஊஞ்சல்
எதையும் ஒரு முறை
என் இனிய இயந்திரா
என்றாவது ஒரு நாள்
ஐந்தாவது அத்தியாயம்
ஒரு நடுப்பகல் மரணம்
ஒரே ஒரு துரோகம்
ஓடாதே
ஒரிரவில் ஒரு ரயிலில்
ஒரிரு எண்ணங்கள்
ஓலைப்பட்டாசு
கடவுள் வந்திருந்தார்
கமிஷனருக்குக் கடிதம்
கம்ப்யூட்டரே ஒரு கதை சொல்லு
கம்ப்யூட்டர் கிராமம்
கரையெல்லாம் செண்பகப்பூ
கற்பனைக்கும் அப்பால்
கனவுத் தொழிற்சாலை
காயத்ரி
குருபிரசாத்தின் கடைசி தினம்
கை
கொலை அரங்கம்
சிங்கமய்யங்கார் பேரன்
சில வித்தியாசங்கள்
சிவந்த கைகள்
சிறுகதை எழுதுவது எப்படி?
சின்னச் சின்னக் கட்டுரைகள்
சொர்க்கத் தீவு
டாக்டர் நரேந்திரனின் வினோத வழக்கு
தங்க முடிச்சு
தப்பித்தால் தப்பில்லை
திசை கண்டேன் வான் கண்டேன்
தீண்டும் இன்பம்
தூண்டில் கதைகள்
தேடாதே
தோரணத்து மாவிலைகள்
நகரம் சிறுகதைகள்
நிர்வாண நகரம்
நில் கவனி தாக்கு
நில்லுங்கள் ராஜாவே
நிறமற்ற வானவில்
நிஜத்தைத் தேடி
நைலான் கயிறு
பதினாலு நாள்கள்
பத்து செகண்ட் முத்தம்
பாதி ராஜ்யம்
பாரதி இருந்த வீடு
பிரிவோம் சந்திப்போம்
ப்ரியா
மண்மகன்
மத்யமர்
மலை மாளிகை
மனைவி கிடைத்தாள்
மாயா
மிஸ் தமிழ்தாயே நமஸ்காரம்
மீண்டும் ஒரு குற்றம்
மீண்டும் தூண்டில் கதைகள்
மீண்டும் ஜீனோ
முதல் நாடகம் - நாடகங்கள்
மூன்றுநாள் சொர்க்கம்
மெரீனா
மேகத்தைத் துரத்தியவன்
மேலும் ஒரு குற்றம்
மேற்கே ஒரு குற்றம்
ரயில் புன்னகை
ரோஜா
வசந்த காலக் குற்றங்கள்
வாய்மையே சில சமயம் வெல்லும்
வாரம் ஒரு பாசுரம்
வானத்தில் ஒரு மௌனத்தாரகை
விக்ரம்
விடிவதற்குள் வா
விபரீதக் கோட்பாடு
விருப்பமில்லா திருப்பங்கள்
விரும்பிச் சொன்ன பொய்கள்
விவாதங்கள் விமர்சனங்கள்
விழுந்த நட்சத்திரம்
வைரங்கள்
ஜன்னல் மலர்
ஜீனோம்
ஜோதி
ஸ்ரீரங்கத்து தேவதைகள்

அப்ஸரா

சுஜாதா

அப்சரா

Apsara

by Sujatha

Sujatha Rangarajan ©

First Edition: April 2010

96 Pages

Printed in India.

ISBN: 978-81-8493-408-3

Title No: Kizhakku 468

Kizhakku Pathippagam

177/103, First Floor,

Ambal's Building, Lloyds Road

Royapettah, Chennai 600 014.

Ph: +91-44-4200-9603

Email : support@nhm.in

Website : www.nhm.in

Cover Image : Shutterstock ©

Backcover Image : Srihari

'கொன்றவன் எதையும் மறைக்க விரும்பியதாகத் தெரியவில்லை. அவனிடம் ஒரு ஒழுங்கு இருக் கிறது! அவள் கைப்பை பக்கத்தில் ஒழுங்காக நிறுத்திவைக்கப்பட்டு இருந்தது. அந்தப் புத்தகமும் அப்படியே. உடல் நன்றாக மூடப் பட்டிருந்தது. கைரேகைகள் பதி வதைப் பற்றி அவன் கவலைப்படு கிறவனாகத் தெரியவில்லை. அந்தப் பையில் மிகத் தெளிவாக அவனுடைய விரல் அடையாளம் பதிந்திருக்கிறது. அவன் சட்டை யின் நூல் ஒன்று அகப்பட்டிருக் கிறது. அதை லாபரட்டரிக்காரர்கள் என்ன செய்யப்போகிறார்கள். தெரி யாது! அப்புறம் இந்த அப்ஸரா!'

முன்னுரை

முப்பது வருஷம் பல்ஸ் பிடித்து, ஸ்டெதஸ்கோப் ஒத்தி அனுபவம் நிறைந்த டாக்டர் மாதவராவ் எல்.எம்.பி., கக்குவான், இருமல், ஈரல், குலைக் கட்டி, குழந்தைக்கு புஸ் என்று வயிறு எகிறிப் போவது, மூல உபத்திரவம், இந்த மாதிரி சில்லறை வியாதிகளுக்குத் தலைசிறந்தவர்.

அவன் வியாதிக்கு அல்ல.

மல்லேஸ்வரத்தின் மெயின்ரோடு, மெயின்ரோடாக மாறியிராத காலத்திலிருந்து அவரது கிளினிக் அங்கே இருக்கிறது. நல்ல 'ஷுகரான' இடம். அன்று அவரது கிளினிக் வாசலில் நிறையப் பேர் காத்திருந் தார்கள். அவர்களில் அவனும் இருந்தான். அவ னுக்குச் சுமார் இருபத்துமூன்று வயதிருக்கும். தன் அடர்த்தியான கேசத்தை அதிகம் கவனித்தவன் போல் தோன்றவில்லை. நகங்கள் கடிக்கப்பட்டு உதாசீனமாக இருந்தன. பேண்டின்மேல் சட்டையைத் தளரவிட்டிருந்தான். சிவப்பான பையன். வரம்பு இல்லாத கண்ணாடி அணிந்திருந் தான். அவன் பற்களில் ஒன்று வரிசை தப்பி யிருந்தது. லேசான மாறுகண் இருந்தாலும் அவன் முகத்தில் ஒரு விவரிக்க முடியாத வசீகரமும் இருந்தது. அவன் வயதுக்கு அவன் முகத்தில் ரோம அடர்த்தி போதாது. நான்கு நாட்களுக்கு ஒரு தடவை முகச்சவரம் செய்துகொண்டவன் போலும் தோன்றியது. அவன் நெற்றி சுருங்கி, மூக்கின் நுனி துடித்துக்கொண்டிருந்தது.

அவனைச் சுற்றிலும் தாய்மார்கள், குழந்தைகளை மடியில் கிடத்திக்கொண்டு, மார்பில் மறைத்துக்கொண்டு, ஜோ ஜோ என்று முதுகில் தட்டிக்கொண்டு, நடந்துகொண்டு ... எத்தனை தாய்மார்கள்! அந்தக் குழந்தைகள் பல சுரங்களில் அழுது கொண்டிருந்தன. தலையில் மப்ளர் கட்டிக்கொண்டு மொட்டான மார்புடன் ஒரு பன்னிரண்டு வயதுப் பெண். உலகமெல்லாம் இழந்தவர் போல் ஒரு கிழவர். நாகரிகமான உடை அணிந்து கொண்டு தொப்புள் தெரியும் ஒரு முப்பது வயதுப் பெண். அவளை விடாமல் பார்த்துச் சிரித்துச் சிரித்து, நேற்று ராத்திரி நடந்ததை ஞாபகப்படுத்திக்கொண்டிருந்த அவள் கணவன்.

டாக்டர் மாதவராவ் பாதிக் கதவுக்குமேல் தோன்றி வெளியே தன் பிரஜைகளை நோட்டம் விட்டார். மாதவராவுக்கு வரிசை எதுவும் கிடையாது. யாரை வேண்டுமானாலும் கூப்பிடுவார். எல்லோரும், 'என்னை', 'என்னை' என்று கண்களால் கேட்க அந்த இளைஞன் மட்டும் தலையைப் பிடித்துக்கொண்டு உட்கார்ந்திருந்தான் - ஒன்றுமே கவனிக்காமல், பேசாமல்... புதிய ஆசாமி.

மாதவராவ் முதலில் அவனைக் கூப்பிட்டார்.

உள்ளே சென்று தயங்கி உட்கார்ந்தான்.

'ஏனப்பா?'

'எனக்குக் கன்னடம் தெரியாது' என்றான்.

'தமிள்ளே மாத்தாடு' என்றார் மாதவராவ்.

மாத்தாடினான்.

'தலைவலி டாக்டர். பொறுக்க முடியாத, தாங்க முடியாத தலை வலி. ஏறக்குறைய நாஸியா அளவுக்குத் தலைவலி. தலைவலி வரும்போது எனக்கு வருகிற அந்த வெறுப்பை என்னால் வர்ணிக்க முடியாது. அளவில்லாத வெறுப்பு. எல்லோர் மேலும் வெறுப்பு. தூக்கமில்லை.... பசியில்லை...'

'ஸண்டாஸ் போனியா?'

'ஸண்டாஸ்?'

'அதாம்பா காலையிலே வெளிக்கு. கக்கூஸு!'

'போகலை.'

டாக்டர் வெற்றிப்புன்னகை செய்தார். ப்ரிஸ்கிரிப்ஷன் காகிதத்தைச் சரக்கென்று கிழித்தார் ... 'பேர்?'

சொன்னான்.

'வைஸ்?'

சொன்னான்.

'தலைவலி வரும்போது எனக்குள் ஒரு விர்ர் என்ற சப்தம் கேட்கிறது. அப்போது எனக்கு ஒரு அமானுஷ்ய ஆசை ... யாரையாவது...'

மாதவராவின் மேஜைமேல் இருந்த டெலிபோன் ஒலித்தது. எடுத்துத் தோளில் துடைத்துக் காதில் வைத்துக்கொண்டார்.

'ஹல்லோ!'

'ஹவ்து'

'ஹவ்து'

டாக்டர் மாதவராவ் புன்னகையுடன் கன்னட டெலிபோன் பேச, அவன் அந்தச் சிறிய அறைக்குள் பார்வையை அலையவிட்டான்.

பார்க் டேவிஸின் சென்ற வருஷ காலண்டரில் ராபர்ட் தாம் சித்திரம் - ஒரு சிறுவனின் மிக வெளுப்பான கரத்தில் எல்லோரும் சேர்ந்துகொண்டு ஏதோ குத்துகிறார்கள். மருந்து சீசாக்கள், பிஸ்மத்-ஸாலிஸிலிக் ஆஸிட். அனாட்டமி சித்திரங்கள் ஃப்ரேம் போட்டு மாட்டப்பட்டிருந்தன. ஒரு மனிதன் பாதி முகம் சரியாக இருக்க, மீதிப் பாதி முகம் தோல் உரிக்கப்பட்டு உள்ளே தசைகளும் நாளங்களும் ரத்தக்குழாய்களும் ஸ்பஷ்டமாகத் தெரிய, டாக்டர் மாதவராவ் டெலிபோன் பேசிக்கொண்டே, சீட்டில் எழுதிக்கொண்டிருந்தார். மாதவராவின் முகத்தில் பாதி தோல் உரிக்கப்பட்டு, உரித்தாலும் வலிக்காமல் பேசிக் கொண்டிருந்தார்.

'நீவு ஹேளிதெரே, நானு பார்திதே.'

ஒரு குண்டூசியை எடுத்துத் தன் பற்களில் பல இடங்களில் குத்திக்கொண்டே பேசினார்.

'ஈ கெலஸக்கே அவனே சரியாத மனுஷ்ய...'

The fallopian tube represents the cranial end of the mullerian duct.

ஒரு பிரம்மாண்டமான ஃபாலோபியன் குழாயில் நடந்து சென் றான்.

Covered with peritonium except along a twin area inferiorly.

கையில் கொஞ்சம் பெரிடோனியம் அளைந்து அள்ளிக் கொண் டான்.

கட்டக்!

டெலிபோன் வைக்கப்பட்டது.

'என் சொன்னீங்கோ? தலே நோவா? இல்லியா. கண் டெஸ்ட் பண்ணிடலாம் நாங்க. இந்த மாத்திரையை இப்ப ஒண்ணு வாங்கிக்கங்க. ராத்திரி படுக்கறதுக்கு முந்தி ஒண்ணு வாங்கிக் கங்க. அப்புறம்...'

அவர் பேச்சில் கவனமில்லாது அந்தக் காகிதத்தில் எழுதியிருந் ததை வெறித்துப் பார்த்தான்.

பார்கோலாக்ஸ்.

ஆஸ்பிரின்.

ஸ்டெமாடில்.

ரூபாய் வாங்கிக்கொண்டு, 'இரண்டு நாள் கழித்து வா' என்று அந்த இளைஞனை விடுவித்தது, டாக்டர் மாதவராவ் தன் வாழ்நாளில் அறியாமல் செய்த மகத்தான, மிக மகத்தான தவறு.

மெதுவாக பொம்மை மாதிரி நடந்து வெளியே வந்தான்.

உற்சாகமாக அவனிடம் சிறுவர்கள் மல்லிகைப்பூ விற்றார்கள். பழைய புத்தகங்கள் இறைந்து கிடந்தன. பட்டாணிக்கடலை கொட்டிக் கிடந்தது... Fresh farm grapes என்று பச்சை திராட்சைப்பழங்கள் தித்திப்பாக விழித்தன. ஐயங்கார் பேக்கரி யில் ரொட்டியை அறுத்து, அடுத்தடுத்து அறுத்து வெட்டிக் கொண்டிருந்தார். சைக்கிள் டயர் அமைத்த நான்கு சக்கர

வண்டியில் ஆப்பிள்கள் காத்திருந்தன. கசகசவென்று இரும்புச் சாமான்கள் கடைக்காரனுக்கு மட்டும் இடம் விட்டு மற்ற எல்லா இடங்களிலும் தொங்கும் அந்தக் கடையில் நின்றான். தாற்காலிகமாக கடையைக் கவனித்துக்கொண்டிருந்த அந்தச் சிறுமி 'ஏனு பேக்கப்பா?' என்றாள். அவன் மெதுவாகப் பார்த்தான். நாய்ச் சங்கிலி, மண்வெட்டி, தேங்காய்த் திருகு, தோசைக்கல், துடுப்பு, கரண்டி, ஸ்டாண்டு, காபிக் கொட்டை இயந்திரம், அரிவாள், கத்தி...

'கத்தி' என்றான்.

அவள் எடுத்துக் காட்டினாள்.

'இதைவிடப் பெரிசாக' என்றான்.

ஒன்று : அருணா

1

பெங்களூரில் மே மாதம் வினோதமாக இருக்கும். பட்டை உரிக்கிற வெயில் காயும். சாயங்காலம் மேகங்கள் கொப்பளித்துக் கொண்டு வரும். குழந்தைத்தனமாகக் காற்றடித்து இலைகளை எல்லாம் சேகரித்துத் தள்ளும். பளீர் என்று பகல் மின்னல் வெட்டிய கொஞ்ச செகண்டுகளுக்குப் பிறகு இந்தியாவே இடிந்து விழுகிற மாதிரி சப்தம் கேட்டுவிட்டு, மகா உற்சாகமாக மழை பெய்யும். குடை தேடிக் கண்டுபிடித்து வாசலுக்கு வந்து விரிப்பதற்குள், மழை கிருஷ்ணராஜபுரத்துக்குப் போய்ச் சேர்ந்துவிடும்.

அருணா இன்றைக்கு மழை பெய்யக்கூடாது என்று நினைத்தாள். இன்றைக்கு அருணா ஆபீஸ் போக வில்லை. பூவா தலையா போட்டுப் பார்த்தாள். பூ வந்தால் மழை. தலை வந்தால் மழை வராது. மழை வரவில்லை. வீட்டில் அதிக வேலை இருந்தது. சகுந்தலாவைப் பார்க்க மெட்ராஸிலிருந்து வரு கிறார்கள். அருணா காலையிலிருந்தே கடைக்கும் வீட்டுக்கும் அலைந்து கொண்டிருந்தாள். வெற்றிலை, பாக்கு, பழங்கள், மளிகைச் சாமான்கள் வாங்குவதுடன் சகுந்தலாவின் தங்க வளையல்களை பாலிஷுக்குக் கொடுத்ததைத் திரும்ப வாங்கி வர வேண்டியிருந்தது. இந்த அவசரத்தில் புடைவைச் சீட்டு வேறு கட்ட வேண்டியிருந்தது. கடைசித் தேதி.

இந்தத் தடவையாவது சகுந்தலாவுக்குத் தீர்மானமாக ஏதாவது நல்லபடியாக நடந்துவிட்டால் தேவலை. இது எத்தனாவது பையன்? நான்காவதா? ஏறக்குறைய மூன்று பேரும் ஒரே தீர்ப்பைச் சொல்லிவிட்டார்கள். அதுவும் கடைசி அவன் அப்பட்டமாகவே சொல்லிவிட்டான். 'அக்காவுக்கு வேறு இடத்தில் பார்த்துவிடுங்கள். தங்கையை வேண்டுமானால் இப்பவே கல்யாணம் பண்ணிக்கிறேன்' என்கிறான் பையன். சகுந்தலாவுக்கு எப்படி இருக்கும்? ஒவ்வொரு தடவையும் சகுந்தலா அழும்போது அருணாவுக்கு நெஞ்சுக்குள் குற்றம் தைத்தது. ஏன் இப்படி எனக்கும் அவளுக்கும் வித்தியாசம்? இத்தனைக்கும் சகுந்தலா போன்ற அக்கா அகப்படமாட்டாள். அவ்வளவு நல்ல பெண். அருணாவின்மேல் தனிப்பொறாமை கிடையாது. விரக்திதான். 'என்னவோ கடவுள் அப்படி வெச்சுட் டார். நான் கருப்பு. நீ சிவப்பு. எனக்கு மூஞ்சிலே அம்மைத் தழும்பு. உன் மூஞ்சி பளிங்கு மாதிரி இருக்கு. எனக்குச் சின்ன வயசிலே தலைமயிர் எல்லாம் கொட்டிப்போச்சு. உனக்குச் சாட்டை மாதிரி வளர்ந்திருக்கு...'

'இதெல்லாம் முக்கியமா அக்கா! உன் மனசு எவ்வளவு நல்ல மனசு அக்கா. அதுதானே முக்கியம்.'

'மனசை யாருடி பார்க்கிறா இந்தக் காலத்திலே? மாரென்னாடி பார்க்கிறா! உனக்குப் பாரு எப்படி, செழிப்பா, அளவா, கச்சிதமா...'

'சீ! பேத்தாதே!'

'எனக்கே உன்னைக் கட்டி முத்தமிட்டுக்கலாம்போல இருக்கடி அருணா, புருஷாளுக்கு எப்படி இருக்கும் சொல்லேண்டி... எவனாவது...'

'இந்த மாதிரிப் பைத்தியக்காரப் பேச்சை இனிமே பேசினே ஒரு வாரம் உன்னோட பேச மாட்டேன் நான்.'

'என் குழந்தேடி நீ. அருணா, உன்னைச் சின்னதிலே அம்மா என்கிட்டத் தள்ளிட்டு எம்.ஜி.ஆர். படம் பார்க்கப் போய்டுவா. கனமா இருப்பே. பொம்மை மாதிரி இருப்பே. தூக்க முடியாமத் தூக்கிண்டு எத்தனை நாள் சந்தோஷமாய்ப் பாடி இருக்கேன் தெரியுமா? உன்னை நான் ஒரு கிள்ளுக் கிள்ளினதில்லை. ஒரு தடவைகூட 'ம்'னு முறைச்சுப் பார்த்ததில்லை. கொஞ்சம்

நெத்தியைச் சுருக்கி 'ஆகா'ன்னு ஒரு அதட்டு அதட்டினாப் போதும். உதட்டைப் பிதுக்கிண்டு அழ ஆரம்பிச்சுடுவே நீ. சிங்காரப் பாப்பா நீ. இன்னிக்கும் நீ எனக்குச் சிங்காரப் பாப்பாதான். என்னதான் வாட்டசாட்டமா இருந்தாலும் ஆபீஸ் போனாலும் சம்பாதிச்சாலும் நீ என் சிங்காரப் பாப்பாடி!'

அக்காவான அக்கா.

சாயங்காலம் அஞ்சு மணிக்கு அவர்கள் வருவதற்குள் அருணா எல்லோருக்கும் காப்பி டிக்காஷன் இறக்கி வைத்துவிட்டு, கடலை மாவைக் கரைத்து வாழைக்காயை நீளவாட்டில் வெட்டி உப்பல் உப்பலாகப் பஜ்ஜி போட்டுவிட்டு ரவையைப் பொன் போல வறுத்துக்கொண்டு... அக்காவுக்கு அலங்காரங்கள் முடிவதற்குள் மணி நாலரை ஆகிவிட்டது.

'அருணா, நான் பாக்கி எல்லாம் பார்த்துக்கறேன். சீக்கிரம் கிளம்புடி!' என்றாள் அம்மா.

'அம்மா, நான் கதவு மறைவிலே இருந்து எட்டிப்பார்க்கிறேன் அம்மா. ஆத்திலேயே இருக்கேன் அம்மா?'

'சேசே! அந்தப் பேச்சே வேண்டாம். திடீர்னு அவாத்து மனுஷா யாராவது உள்ளே வருவா. இந்தப் பொண்ணு யாரும்பா. உங்கப்பாதான் இருக்காரே சத்யசந்தர், புளுகவே வராதே. 'இது பொண்ணுக்குத் தங்கை'ம்பார். 'எம்.எஸ்ஸி. படிச்சிருக்கா. வேலைக்குப் போறா'ம்பார். அப்புறம் பழைய கதை ஆரம்பிச்சுடும். ம்ஹ்உம். வேண்டவே வேண்டாம். இந்தத் தடவை நீ எங்கேயாவது போய் இருந்துட்டு வந்துடு. எல்லாம் நல்லதுக்குத்தான் சொல்றேன். எங்கே போறே?'

'வேறே எங்கே போவேன்? லைப்ரரிக்குத்தான்.'

'எந்த லைப்ரரி?'

'முதல்லே ஸம்பிகே ரோடு. அப்புறம் ஸ்டேட் லைப்ரரி'.

'சினிமா கினிமா போறதா இருந்தா சொல்லிடு.'

'இல்லைம்மா.'

'ஏன்னா! அவா வரதுக்கு முன்னாலேயே பஜ்ஜியைத் தின்னே ஆகணுமா, உங்களுக்கு?'

அருணா அவசர அவசரமாக முகம் கழுவிக்கொண்டு புடைவை மாற்றிக்கொண்டு, பவுடர் பூசிக்கொண்டு, தன் கைப்பையை எடுத்துக்கொண்டு புறப்படுமுன், 'அக்கா, நான் வந்தப்புறம் கேப்பேன் - பையனைப் பத்தி. ஒண்ணுவிடாமே சொல்லணும்' என்றாள்.

'விடாம சொல்றேன். போய்ட்டு வா. எனக்கு என்னவோ சதிர்க் கச்சேரிக்குச் சிங்காரிச்சுக்கற மாதிரி இருக்கு. என்னடி அப்படி இறுக்கிப் பின்னியிருக்கே?'

அருணா முதலில் சர்குலேடிங் லைப்ரரிக்குச் சென்றாள். சேஸ் புத்தகங்கள் அலமாரி முழுக்க அடுக்கி வைக்கப்பட்டிருந்தன. பார்பரா கார்ட்லண்ட் புத்தகம் ஒன்று எடுத்துக்கொண்டாள். 'ஹௌ ஆர் யூ மிஸ்?' என்றான் அந்த இளைஞன் - லைப்ரரி சொந்தக்காரன்.

அருணா கடைக்குள் நுழைந்தாலே அவன் பிரகாசம் அடைவான். கண், காது, மூக்கு எல்லாம் பல்ப் எரியும். ஸ்டைல் பண்ணிக் கொள்வான். இங்கிலீஷில்தான் பேசுவான். எத்தனை பாசாங்குகள். அருணாவுக்குப் பாசாங்குகள் சட்டென்று புரிந்து விடுகின்றன. ஹெட் கிளார்க் ரங்கசாமிக்கு மரவை மரவையாக மூன்று குழந்தைகள். இருந்தும் அருணாவை அவர் பார்க்கிற பார்வை ... 'ஃபைல்' காட்டும்போது உள்பாடி தெரிகிறதா என்று தேடும் பார்வை. அப்புறம் அந்த அசோக், இன்னும் தைரியம், இன்னும் பைத்தியம். ஆபீசில் மூன்று அல்லது நான்கு பேர்தான் தொந்தரவில்லாதவர்கள் என்று சொல்லலாம். மற்றபேர் எல்லோரும் ஏதாவது ஒரு விதத்தில் அசடு வழிகிறார்கள். சிவப்பா, ராமச்சந்திரா, அடிகா... அருணாவுக்கு இதெல்லாம் பழக்கமாகிவிட்டது.

'ரஸ்தா-ரயிலு' என்று ஒரு பஸ்-பஸ் வந்தது.

Relax! Have a charminar என்றது. பின் வண்டியில் ஏறிக் கொண்டாள். பெண்கள் சீட்டில் பிடிவாதமாக இரண்டு தடியன்கள் உட்கார்ந்திருக்க கச கச என்று கூட்டம். பெங்களூர் பஸ் கூட்டத்தில் வியர்வை நாற்றத்துடன் கொஞ்சம் விஸ்கி நெடியும் எப்போதும் கலந்திருக்கும். நின்றுகொண்டே இருப்பவர்களைச் சமாளித்துக்கொண்டு விழாமல் நாசூக்கு கலையாமல் டிக்கெட்டுக்குப் பர்ஸைத் திறந்து வாயில் ஒரு

ரூபாய் நோட்டைப் பற்றிக்கொண்டு பர்ஸை மூடி ... அருணா இதில் எல்லாம் தேர்ந்துவிட்டாள்.

வயதானவர் ஒருவர் எழுந்து அருணாவுக்கு சீட் கொடுக்க, அருணா மறுக்க, அவர், 'பரவாயில்லை' என்று அவளை வற்புறுத்த, அதற்குள் வேறு யாரோ ஒரு கவுடா அந்த சீட்டில் உட்கார்ந்துகொள்ள, அருணாவும் அந்த அழகான தாத்தாவும் ஒருவரை ஒருவர் பார்த்துச் சிரித்துக்கொண்டதில் துல்லியமான வாத்சல்யம் இருந்தது.

போஸ்ட் ஆபீஸ் அருகில் இறங்கிக்கொண்டாள். நடந்தாள்.

'நமஸ்காரம் பண்ணும்மா.'

'தீர்க்காயுசா இரும்மா.'

'பாடுவாளா?'

'பாடுவா. வீணை கொஞ்சம் வாசிப்பா. நன்னா சமைப்பா. 'மங்கை'லே கூட அவ எழுதின ரெஸிப்பி வந்திருக்கு. அது எங்கேன்னா? கொண்டுவந்து காட்டுங்களேன்.'

மெதுவாகக் கப்பன் பார்க்கில் நுழைந்து நடந்தாள். வயதான மரங்கள் பின்னிக்கொண்டு, தங்களைப் படு சிக்கலாக்கிக் கொண்டு எங்கெல்லாமோ பரவி நிழல் கொடுத்து...

டென்னிஸ் ஸ்டேடியத்தில் நுழைந்தாள். உச்சாணிப் படியிலிருந்து அந்த நான்கு கோர்ட்டுகளும் தெரிய நான்கிலும் விளையாட்டு நடந்துகொண்டிருக்க, இப்பல்லாம் பந்து மஞ்சளாக இருக்கிறது. பந்து படும்போது கேட்கும் 'ப்ளக்' சப்தம் அவளுக்குப் பிடித்திருந்தது. இந்த வயசில் தொளதொள என்று வெள்ளை டிராயர் போட்டுக்கொண்டு ஆடும் அந்தத் தாத்தாவையும் பிடித்திருந்தது. திரும்பினாள். ஒரு ஜோடி. பஞ்சுமிட்டாய்க் கலரில் ஜரிகை இழைத்த புடைவையில் அவள். இந்த சம்மரில் கோட்டு சூட்டுடன் அவன். புதிதாகக் கல்யாணம் ஆகிப் புதிதாகப் பெங்களூர் வந்து டென்னிஸ் ஸ்டேடியத்தில் வார்த்தைகளைத் தேடிக்கொண்டிருந்தார்கள்.

'ம்ம்ம்' என்று ஆர்மோனியப்பெட்டி ஆஸ்த்துமாவுடன் வின்யாசிக்க, 'பலுக்கே பங்கார வாயினா' என்று ஆனந்த பைரவியில்... மூன்று தடவையும் சகுந்தலா இதையேதான்

பாடியிருக்கிறாள். இது ஒன்றுதான் அவளுக்குச் சுமாராக வரும். இந்தப் பாட்டிலேயும் அனுபல்லவியில் ஒரு கண்டம் இருக்கிறது.

'எச்.எச். சாமராஜேந்திர வாடியார் பகதூர் ஜி.ஸி.எஸ்.ஐ. 1881-1894 ... மகாராஜா ஆப் மைசூர்' அருணா அந்தச் சிலையைச் சுற்றி வந்தாள். குஞ்சலம் வைத்த உடைகளும் தலைப்பாகையும் கத்தியும் பயப்படுத்தாத மீசையுமாகச் சலவைக்கல் நரம்புடன் எத்தனை நாள் நிற்கிறாரோ!

'ஹலோ, கிங்!' என்றாள்.

பகதூர் கேட்காமல் நின்றுகொண்டே இருந்தார்.

மெதுவாகப் புல்வெளியில் நடந்து அந்தக் கல் பெஞ்சில் உட்கார்ந்துகொண்டாள். உயரே இருந்து ஒரு ஊதாப்பூ அவள் பக்கத்தில் விழுந்தது. மேலே பார்த்தாள். இந்த மரத்தை பாட்டணி பாடத்தில் படித்திருக்கிறாள். என்ன பெயர்? ஞாபகப்படுத்திப் பார். எத்தனை நாட்களாச்சு - ஞாபகப்படுத்திப் பார். என்ன பெயர். ஆ! ஸாம்னியா ஸாமென் ... ஆம், மழை மரம்! அதிகாலை இதன் கீழ் நின்றால் மழை தூறுவதுபோல் இருக்கும். தன் இலைகளில் உள்ள அத்தனை ஈரத்தையும் வெளிவிடும்போது மழைபோல் இருக்குமாம். ஒரு நாள் அதிகாலை வந்து பார்க்கவேண்டும்.

இருட்டும்வரை இங்கேயே உட்கார்ந்து கொள்ளலாம். அப்புறம் சென்ட்ரல் லைப்ராரிக்குப் போகலாம்.

'போட்டுண்டு இருக்கிறது எல்லாம் அவளோட நகைதானா?'

'ஆமாம் மாமி. நீங்க புள்ளைக்கு என்ன ஆகணும்?'

பார்பரா கார்ட்லண்டின் தேன் கலந்த நவீனங்கள் அருணாவுக்கு எப்போதும் குறுகுறுப்பு தரும். அதிலும் பெண்கள்தான். பிரச்னை கள்தான். ஆனால் பார்பராவின் பிரச்னைகளில் வியர்வை நாற்றமும் விஸ்கி நாற்றமும் கிடையாது. அடிகா போன்று பல்லில் காவி தெரியச் சிரிப்பவர்கள் கிடையாது. பார்பராவின் கதாநாயகன் வாசனை அடிக்கிறவன். வெற்றி அடைந்தவன். வெள்ளைக்காரன், லார்ட்! புஸ்தகத்திலிருந்து பார்வையை எடுத்தபோது தூரத்தில் அவன் நின்றுகொண்டிருந்தான். அருணாவையே பார்த்துக் கொண்டிருந்தான். இவள் பார்ப்பதை

அவன் பார்த்ததும் நகர்ந்தான். யாரிவன்? அந்த நீலச் சொக்காயைப் பஸ்ஸில் பார்த்த ஞாபகமாக இருக்கிறதே! சற்று நேரம் கழித்து அவன் திரும்பிப் பார்த்தபோது அருணாவும் அவனைப் பார்த்தாள். பஸ்ஸில் பார்த்தேனா, என்ன?

அவன் மெதுவாகக் காலால் எதையோ பிடிவாதமாக உதைத்துக் கொண்டு சென்றான். அப்புறம் அவன் திரும்பவில்லை. அவள் புத்தகத்தில் ஆழ்ந்தாள். 'ஐஸ்' என்று சப்தம் கேட்க, சாப்பிட லாமா என்று யோசித்தாள். ம்ஹூம் தொண்டை கட்டிக்கொள் ளும். மழைமேகங்கள் ஒத்திகை பார்த்துக் கொண்டிருந்தன.

மழை வருமா, என்ன? சே, குடைகூடக் கொண்டு வர வில்லையே!

எழுத்துகள் மங்கும்வரை படித்தாள். புத்தகத்தை மூடி வைத்தாள். எட்டு விரல்களைச் சொடுக்கிக்கொண்டாள். சுற்றிலும் பார்த் தாள். மைய இருட்டு. வீட்டுக்கு இன்னும் போகாத பறவைகள் விசில் அடித்துக்கொண்டிருந்தன. அந்த இடத்தில் சலனம் குறைந்திருந்தது. திடீர் என்று அருணாவுக்குத் தன் தனிமை உணர்வு தெரிந்தது. தான் உட்கார்ந்திருக்கும் இடத்தைச் சிந்தித் தாள். பாதையை விட்டு விலகி, அடர்த்தியான மரங்களின் நிழ லாக ஒரு புல் தரை, பேஸின் போல். அதன் ஓரத்தில் ஏறக்குறைய மறைந்த பகுதியில் கல் பெஞ்சில் ஒண்டியாக உட்கார்ந்திருக் கிறாள்... பாத்ரூம் வந்தது. விருட்டென்று எழுந்தாள். அப்போது செருப்பு சப்தம் தெளிவாகக் கேட்டது. சப்தம் வந்த திசை மரத்தில் மறைந்திருந்தால், மரத்தைச் சுற்றி அச்சப்தம் அவளை நோக்கிவர, 'யாரு?' என்றாள். மரத்தின் பின்னால் இருந்து அவன் வெளிப்பட்டான். அவன்தான் சற்றுமுன் தூரத்தில் நின்றவன்; சென்றவன்! பஸ்ஸில் அவனைப் பார்த்தேன். ஞாபகம் இருக் கிறது. அவன் கண்கள் அவளை நேராகப் பார்த்தன.

'ஹலோ அருணா!' என்றான்.

'யார் நீங்க! யாரு... யாரு?'

அவன் கையில் செய்தித்தாளில் சுற்றி இனம் புரியாத ஏதோ ஒன்று இருந்தது. மரத்தின் சிக்கலான வேர்களைத் தாண்டி சரக் சரக் என்று இறங்கி அவளை நோக்கி வந்தான். அருணா பயந்து பின்வாங்கினாள். கல் பெஞ்சு தடுக்கியது. என்ன... யாரு...யாரு?

Rape - The Act of taking anything by force.

எப்போதோ அர்த்தம் பார்த்திருக்கிறாள்... ஆம், அவன் என்னை அதுதான் செய்யப் போகிறான்! ஓடு! ஓடிடு! ஓடு! கிட்ட வரான் பாரு!

திக்கென்று மிக வேகமாக அவள் மேல் பாய்ந்தான்.

கத்துடி, கத்து, கத்து!

அதற்குள் தன்னை எது எந்தத் திசையிலிருந்து தாக்கியது என்பது முதலில் அருணாவுக்குத் தெரியவில்லை. அந்தக் கூர்மையான ஆயுதம் அவள் கழுத்தில் வலப்பக்கத் தோள் எலும்புக்கு அருகில் நுழைந்து பற்பல ரத்தக்குழாய்களையும் நரம்புகளையும் துண்டித்து அங்குலக்கணக்கில் உள்ளே இறங்க, குபுக் என்று ரத்தம் பொங்க, அருணா வாய் திறந்து 'காற்று காற்று காற்று' என்று திணறினாள். அவன் சிவந்த முகம் மட்டும் தெரிந்தது. ஏன்? ஏன்? 'ஏண்டா பாவி? நான் உனக்கு என்னடா செய்தேன்?' என்கிற மௌன வார்த்தைகள் வண்ண மத்தாப்பூபோல் அவளுள் சிதறின. அப்படியே வாய் திறந்து கொண்டு விழுந்தாள். அவள் கைகள் அவன் சட்டையைப் பற்றின, துவண்டன. அவன் மேல் சரிந்து சரிந்து கீழே விழுந் தாள். அவன் பூட்ஸ் தெரிந்தது. விநாடிகள் ஜென்ம ஜென்மங் களாக விரிவடைந்தன அருணாவுக்கு. ஏதோ சொல்ல வாயெடுக்க, ரத்தம்தான் வாயிலிருந்து வழிந்தது. மெதுவாக அந்தச் சிவப்பு ஓடை மண்ணில் வழிவதையும் வழிந்த சுருக் கில் அது உறிஞ்சப்படுவதையும் ஆர்வத்துடன் பார்த்தாள். தன் புடைவை மேல் ரத்தத்தைப் பார்த்தாள்.

பார்பராவின் புத்தகத்திலிருந்து அந்த ஸெபாஸ்டியன் என்கிற இளைஞன், 'பார்த்து வா லூஸிந்தா! பார்த்து வா' என்று அவளை அணைத்து (வெட்கமாக இருந்தது) என் பெயர் லூஸிந்தா இல்லை. அருணா...அழைத்துச் செல்ல வந்தவன் அவளை ஆக்ரமித்துக்கொள்ள, இத்தனை நாழிக்கு அவா எல்லோரும் பஜ்ஜி சாப்பிட்டுண்டு இருப்பா. பஜ்ஜிக்கு உப்பு போட்டேனா? ஞாபகமில்லையே... புடைவையிலே எவ் வளவு ரத்தம்? நாளைக்கு ஸர்ஃபிலே போட்டு ரெண்டு மணி நேரம் ஊற வெச்சா ரத்தக்கறை எல்லாம் போய்விடும்! எல்லாம்...எல்ல்ல்..லாம்.

கீழே கிடந்தவளைத் தன்னுடன் சம்பந்தமே இல்லாத ஒரு பொருளைப்போலப் பார்த்தான். அவள் மார்பில் விலகியிருந்த ரத்தம் பட்டிருந்த புடைவையைச் சரிசெய்து மூடினான். மண்டியிட்டு, பிரயத்தனப்பட்டு அந்த ஆயுதத்தைக் கழுத்தி லிருந்து விடுவித்தான். கீழே கிடந்த செய்தித்தாளில் அதைத் துடைத்தான். அருணாவின் பையைப் பார்த்தான். கீழே குனிந்து விழுந்திருப்பதை எடுத்து அவள் அருகில் பத்திரமாக வைத்தான். அருகில் செருப்பு தாறுமாறாகக் கிடந்தது. அதை ஜோடி சேர்த்துக் காலருகில் வைத்தான். தன் சட்டையைப் பார்த்துக் கொண்டான். அதன் ஓரத்தில் ரத்தம் பட்டிருந்தது. பேண்டில் பல இடங்களில் ரத்தத் திட்டு இருந்தது. செருப்பு முனையில் தெரிந்தது. அவள் கழுத்தில் உறையத் தயங்கிக் கொண்டிருந்த ரத்தம் சாயங்கால மங்கலில் கருஞ்சிவப்பாக இருந்தது. அவன் பதட்டம் இல்லாமல் இருந்தான். தன் பைக்குள் இருந்த கர்ச்சீப்பை எடுத்து முகத்தைத் துடைத்துக்கொண்டான். ஒரு காகிதம் விழுந்தது. யாரோ நடந்து வரும் சப்தம் கேட்டது. பதட்டப்படாமல் நின்று கவனித்தான்.

இரட்டைப் பின்னல் பெண்ணை அணைத்துக்கொண்டு இருட்டு தந்த சுதந்தரத்தில் மௌனமாக அவளிடம் விஷமம் பண்ணிக் கொண்டு அபத்தமாகக் காதல் மொழிந்துகொண்டு ஓர் இளைஞன் தெரிந்தான். இருவரும் திரும்பிக்கூடப் பார்க்க வில்லை. தங்கள் அந்தரங்கத் தடவல்களில் இருவருக்கும் நரம்பு முறுக்கேறி இருக்கவேண்டும். இருப்பதற்குள் இருட்டான இடத்தைத் தேடி அங்கே அவளை அவன் உட்கார வைத்து, உடனே படுக்க வைக்க, தூரத்தில் அவர்கள் செயல்படுவது சரியாகத் தெரியாமல் இருக்க, அவன் அசுவாரஸ்யமாக, 'ஏய் யார்ரா அது?' என்று அதட்ட, அந்த இருட்டு சலசலத்து மௌன மானது. ஓடிப்போய் வேறு இடம் தேடிச் சென்றிருப்பார்கள். 'பூச்சி பொட்டு கடிக்கப்போறது' என்று சொல்லிக்கொண்டு அவன் செய்தித்தாளில் ரத்த விரல்கள் பதிய அந்தக் கத்தியைச் சுற்றிக் கக்கத்தில் இடுக்கிக்கொண்டான். மெதுவாக நடந்து புல்மேட்டில் ஏறி இறங்கி தார்ச்சாலைக்கு வந்தான். பார்க் இப்போது நன்றாக இருட்டிவிட்டது. அங்கங்கே ஆர்க் அல்லது அலங்கார விளக்குகள் வெளிச்சத் தீவுகள் அமைத்திருந்தன.

மகாராஜா இன்னும் நின்றுகொண்டிருந்தார். எதிரே ஒரு குரல், 'டைம்?' என்று கேட்க, அவன் கடிகாரம் பார்க்காமல் 'ஏழரை' என்றான். இன்னும் ஏழரை ஆகவில்லை.

சற்றே உயர்ந்த பாதையில் நடந்து ஹைகோர்ட்டுப்பக்கம் வந்தான். சிவந்த கட்டடங்களின் எதிரே விதான் செளதா மஞ்சள் ஒளி பெற்றதைப் பார்த்து நின்ற நிறைய ஜனங்களுடன் கலந்து கொண்டான்.

ஒரு தப்பித்த பந்தை குழந்தைக்குத் திரும்பிக் கொடுத்து, 'இருட்டில் குழந்தையை பந்து விளையாட வைக்காதீங்க' என்று தாயிடம் சொல்லிவிட்டு பேண்ட் பைக்குள் கடலை வாங்கச் சில்லறை எடுக்கையில், சட்டென்று ஞாபகம் வந்தவன் போல் எதையோ தேடினான். வலப்பையில், இடப்பையில், சட்டைப் பையில், பின்பக்கத்துப் பையில் கொஞ்ச நேரம் தேடிவிட்டு, நின்று, வந்த வழியே திரும்பினான். சற்று தூரத்தில் மறுபடி நின்றான். யோசித்தான். திரும்பிவிட்டான். எதிரே வந்த ஓர் ஆட்டோவைக் கைநீட்டி நிறுத்தினான். அதன் உள் சீட் நிழலில் மறைந்தான். ஆட்டோ குதித்துக்கொண்டு சென்றது.

3

'ஊருக்குப் போயிட்டு உடனே அவரைக் கேட்டுண்டு எழுதிடறோம்.'

'நல்ல சேதியா எழுதுங்கோ. செய்யறதிலே ஒண்ணும் குறை வைக்கமாட்டோம். நீங்க கேக்கவே வேண்டாம்.'

'நாங்க கேக்கமாட்டோம், மாமி. இந்த காலத்திலே அதெல்லாம் படாது. நாங்களும் பெண்ணைப் பெத்தவாதானே! உங்களுக்கு ஒரே பெண்ணா?'

'இல்லை, இன்னொருத்தி இருக்கா. இவளுக்குத் தங்கை. ஏதோ ஜோலியா போயிருக்கா.'

'சரி, பார்க்கலாம். பிராப்தம்னு ஒண்ணு இருந்துட்டா சரி. ஜாதகம் பொருந்தணும்.'

'நாங்க இங்கே ஒரு சாஸ்திரிகள்கிட்டே கொடுத்துப் பார்த்தோம். நன்னா பொருந்தறதுன்னார்.'

'வரட்டுமா மாமி! வாடா சந்துரு! பேபி!'

'அய்யய்யோ, எதுக்கு மாமி, டாக்சி எல்லாம்?'

'சும்மா இருக்கட்டும் மாமி.'

அவர்கள் புறப்பட்டதும் 'சும்மா இடிச்ச புளியாட்டம் உக்கார்ந் திருங்கோ! ஒண்ணும் பேசாதீங்கோ. யாருக்கோ கல்யாணம் பாருங்கோ' என்றாள் அம்மா.

'ஏண்டி, என்னை என்ன பண்ணச் சொல்றே?'

'இப்ப அவாளோட சாமர்த்தியமா டாக்சியிலேயே போய்ட்டு அவா அபிப்பிராயம் என்னங்கிறதைத் தெரிஞ்சுண்டு வரக் கூடாது?'

'அதான் அம்பி போயிருக்கானே!'

'ஆமா, அம்பி என்ன பண்ணுவான்? அவாளை இறக்கி விட்டுட்டு பஸ்லே திரும்பி வரப் போறான்.'

'சும்மா இரும்மா. அவா போய் தன்னாலே எழுதறா. எழுதலைன்னா இஷ்டமில்லைன்னு வைச்சுக்கலாம். எல்லாம் குதிரை வியாபாரம் மாதிரிதான் இருக்கு. 1977-லே ஜனங்கள் பாடச் சொல்லிக் கேக்கறது... என்னடா ராகம்னு கேட்டிருக் கணும்.'

'புள்ளையைப் பாத்தியாடி?'

'அவனை யாரு பாத்தா?'

'ஏன்னா, நீங்க பாத்தீங்களோல்லியோ?'

'பார்த்தேன். முன்பக்கம் கொஞ்சம் தலைமயிர் கம்மி இல்லே?'

'ஆமா உங்களுக்கு அப்படியே பெருகி வழியறது.'

'எங்கே மகாராணியை இன்னும் காணோம்?'

'எல்லாம் வருவா. லைப்ரரியிலே உட்கார்ந்திருப்பா. அவாளைப் பார்த்தா நல்ல மனுஷா மாதிரிதான் தெரியறது. ரொம்பக் கேப்பாளோன்னா?'

'யாருக்குத் தெரியும்?'

'லைப்ரரி இத்தனை நாழிக்கு மூடியிருக்காது?'

'அது என்ன லைப்ரரியோ? என்ன புஸ்தகமோ? எனக்கு என்னவோ அவ படிக்கிற புஸ்தகம் எல்லாம் ஒழுங்கான புஸ்தகமாத் தெரியலை.'

'உனக்கு இங்கிலீஷ் தெரியாம எப்படிம்மா சொல்ல முடியும்?'

'இங்கிலீஷ் தெரியாட்டா என்ன? பொம்மை பார்க்கத் தெரியாதா என்ன? ஒவ்வொருத்தியும் சுமை சுமயா முலையைக் காட்டிண்டு அட்டைலே பொம்மை இருக்கிறது எனக்குக் கண்ணிலே படலையா?'

'தமிழ்லே மட்டும் என்ன வாழ்ந்ததாம். சினிமா போயிருப் பாளோ?'

'கேட்டேனே! சினிமா போறதாச் சொல்லலியே! மாஞ்சு மாஞ்சு பஜ்ஜி பண்ணித்து பாவம், கண்ணு! ஒண்ணுகூடச் சாப்டலை. கேசரி வெச்சிருக்கியாடி!'

'எல்லாம் இருக்கு.'

'கொஞ்சமாவது பாக்கி வெச்சிரு. வந்ததும் கேப்பா. இல்லைன்னா சண்டை புடிப்பா. எனக்கு வைக்காம எல்லோருமாச் சேர்ந்துண்டு தின்னுப்புட்டேளாடி பாவிகளான்னு...'

ஒன்பது மணிக்கு அம்மா மெலிதாகக் கவலைப்பட்டாள்.

ஒன்பதரை மணிக்கு, 'சினிமாதான் போயிருக்கா போலிருக்கு... போகலைன்னு சொன்னாளே!' என்றாள்.

பத்து மணிக்கு அம்மா வயிற்றில் சங்கடம் பண்ண ஆரம்பித்து விட்டது. அப்பா மொரார்ஜி தேசாய் ஸ்பீச் கேட்டுக் கொண்டிருந் தவரைக் கிளப்பி, 'எங்கேயாவது போய்ப் பாருங்களேன்னா' என்றாள்.

'எங்கேடி?'

'லைப்ரரிக்குத்தான் போறேன்னு சொன்னா.'

'லைப்ரரி எல்லாம் இத்தனை நாழிக்கு மூடிட்டுப் போய் படுத்துத் தூங்கியிருப்பான்.'

'பத்ரகாளி போயிருப்பாம்மா' என்றான் அம்பி.

'தமிழ் சினிமாவுக்குதான் போயிருப்பா. ரீல் எல்லாம் முடிஞ்சு பஸ்ஸூ கிடைச்சுருக்காது. வந்துடுவா. சும்மா ஊரைக் கூட்டாதே' என்றார் அப்பா.

அருணா அசையாமல் கிடந்தாள்.

பதினொன்றரை.

அம்மா மௌனமாக மாலை, மாலையயாகக் கண்ணீர் உதிர்த்து மூக்கு சிவந்து அழுதாள். அவள் தோளருகில் சகுந்தலா அழுது கொண்டே சமாதானப்படுத்த, 'என்னம்மா, என்ன ஆச்சு?' என்று பக்கத்து வீட்டு வெங்கட் ரெட்டியும் அவர் மனைவியும் தூக்கம் கலந்த கண்களுடன் விசாரிக்க, அப்பாவும் அம்மாவும் தங்கராஜ் வீட்டிலிருந்து ஜெயநகர் மஞ்சுநாத் வீட்டுக்கு டெலிபோன் செய்து எதிர்வீட்டில் இருக்கும் அத்தை வீட்டில் யாரையாவது கூப்பிடச் சொல்லி, அருணா அங்கு வந்தாளா என்று விசாரித் தார்கள்.

'சகு, நான் என்னடி செய்வேன்? ஏதாவது ஒண்ணு கிடக்க ஒண்ணு ஆயிருக்குமா?'

'கவலைப்படாதேம்மா, கவலைப்படாதேம்மா.'

இஷ்ட தெய்வங்கள் யாவரும் எழுப்பப்பட்டனர்.

ஒரு மணிக்குப் போலீசுக்குப் போன் செய்தார்கள். காலை வரைக்கும் வரவில்லை என்றால் போலீஸ் ஸ்டேஷனுக்கு வந்து ரிப்போர்ட் எழுதிக் கொடுக்கச் சொன்னார்கள்.

இரவு. மெல்ல மெல்ல ரத்தச் சொட்டுபோலக் கழிந்த இரவு. அழுது தலை பாரமேறி ஒன்றும் புரியாத பாழிரவு.

4

அதிகாலை எழுந்து தன் நாயுடன் நரசிம்மமூர்த்தி தினம் ரேஸ் கோர்ஸ் ரோடு முழுவதும் ஓடி, பாரதிய வித்யா பவனைக் கடந்து, டிராபிக் விளக்குகளைத் தாண்டி, கப்பன் பார்க்கில் நுழைந்து, பார்க்கை ஒரு முழுச் சுற்றுச் சுற்றிவிட்டு சற்று நேரம் உட்கார்ந்துவிட்டு யோகாசன முறைப்படி பிராணாயாமம் பண்ணிவிட்டு...

24

நரசிம்மமூர்த்தி உடற்பயிற்சிப் பிரியர். ஐம்பத்தெட்டு வயதில் அவர் உடல் கட்டுக்குலையாமல் விண் என்று இருந்தது. இன்றைக்கும் அவரிடம் ஜீவசக்திகள் பாக்கி இருப்பதை அவர் வேலைக்காரிகூடச் சொல்லுவாள்.

அவர் ரிஷிமாதிரி கல் பெஞ்சில் உட்கார்ந்திருக்கும்போது ஜூலி திக்விஜயம் புறப்பட்டது. க்கும்க்கும் என்று முனகிக்கொண்டு ஓடி, நின்று, முகர்ந்து பார்த்து, மறுபடி அங்கே ஓடி... ஜூலிக்கு அந்த வாசனை புதிதாக இருந்தது... அருகே சென்றது. ரத்த வாசனை, பூச்சி வாசனை, செருப்பு வாசனை...

நரசிம்மமூர்த்தியின் மகன் ரவி ஜூலிக்குச் செருப்பை விட்டெறிந்து பொறுக்கும் வித்தை சொல்லித் தந்திருக்கிறான். வாயில் ஒரு செருப்பைக் கவ்விக்கொண்டு நரசிம்மமூர்த்தியிடம் ஓடியது ஜூலி. அவர் முதலில் கவனிக்கவில்லை! 'நல்ல காற்று என்னுள்ளே எட்டு செகண்ட் போகட்டும்' என்று மனத்தில் மெதுவாகச் சொல்லிக்கொண்டே மூச்சை இழுத்தார்; புஸ் என்று வெளியே விட்டார். மூடியிருந்த கண்களைத் திறக்க எதிரே ஜூலி! அதன் வாயில் ஒரு பெண்ணின் செருப்பு. 'சீ. போடு அதை! எங்கேயிருந்து பொறுக்கிக்கொண்டு வந்தாய் இதை?' என்றார். அது பதில் சொல்லவில்லை, திடீர் என்று ஏற்பட்ட எஜமானர் கவனத்தில் அதிகச் சந்தோஷம் ஏற்பட்டு, பின் பக்கத்தை வாலுடன் ஆட்டிக்கொண்டு மறுபடி அந்த வினோத வாசனையை நோக்கி ஓடியது. மற்றொரு செருப்பை அவரது காலடியில் கொண்டுவந்து சமர்ப்பிக்க, நரசிம்மமூர்த்தி விருட் டென்று எழுந்தார். நாய் சென்ற திக்கில் சென்றார். அந்த மரத்தைச் சுற்றி வந்து திரும்பினதும் ஏறக்குறைய அருணாவை மிதித்துவிட்டார்.

அந்தப் பெண்ணின் சாயல் ராப் பூரா மாறியிருந்தது. சிறிது நனைந்திருந்தாள். நுட்பமான மழைத்துறல் பட்ட உடலில் வீக்கங்கள் தோன்ற ஆரம்பித்துவிட்டன. நிறம் மாறத் தொடங்கி விட்டது. புண்பட்ட இடத்தில் எண்ணாயிரம் ஐந்துக்கள்.

பேச்சற்று மூச்சிரைக்க மூர்த்தி மிக வேகமாக வீட்டை நோக்கி நடந்தார். ஜூலியும் உற்சாகமாக உடன் ஓடியது. வாசலில் பால் பாட்டிலுக்குக் காத்திருந்த தூங்குமூஞ்சிப் பெண்ணைத் தாண்டி, கூடத்து அறைக்கு வந்து டெலி டைரக்டரியின் ஆரம்பப் பக்கத்தைப் பார்த்து...

100.

போலீஸ் கண்ட்ரோல் ரூமிலிருந்து செய்தி ஹைகிரவுண்ட் போலீஸ் ஸ்டேஷனுக்கு அனுப்பப்பட்டது. போலீஸ் ரேடியோவில் எங்கெங்கும் ஒலித்தது. கமிஷனருக்கும் உதவி கமிஷனருக்கும் செய்தி தரப்பட்டது.

சர்க்கிள் இன்ஸ்பெக்டர் தேவய்யாதான் அந்த இடத்துக்கு வந்த முதல் போலீஸ் ஆபீசர். ஜீப்பில் வந்து இறங்கினபோது அந்த இடத்தில் நூறு பேர் கூடி இருந்தனர். 'சூளெ மகனுக! காலை எழுந்தா இவங்களுக்கு வேற வேலை இல்லையாடா! விரட்டுடா எல்லாரையும்!' வெறுமனே பேண்ட் பாக்கெட்டுக்குள் கை விட்டுக்கொண்டு அல்லது நகத்தைக் கடித்துக்கொண்டு அல்லது பறித்த தழையை மென்று பார்ப்பதற்கு அத்தனை பேர் இருந்தார்கள்.

இறங்கின கான்ஸ்டபிள் முதல் காரியமாகக் குச்சியைச் சுழற்றி அவர்களை விரட்டினான்.

'ஹோகப்பா! ஹோகு! ஹோகு!'

'ஒரு கை பிடிடான்னா வரமாட்டானுங்க! ஓடுவாங்க... வேடிக்கை மட்டும் பார்ப்பானுங்க...'

தேவய்யா குடகு தேசக்காரர். விசாலமான உடல்கட்டு. அடர்த்தியான மீசை. நெற்றியில் தைரியத்துக்கு அடையாளமாகத் தழும்பு. தேவய்யா அருணாவை அணுகினார். துண்டிக்கப்பட்ட உடல்களையும் தண்டிக்கப்பட்ட கைதிகளையும் நிறையப் பார்த்தவர். இருந்தும் இந்த முதல் சந்திப்பு அவருக்கு எப்போதுமே வயிற்றைப் புரட்டும். போலீஸ் உத்தியோகத்தை வருகிற பதினெட்டாம் தேதி விட்டுவிடலாம் என்று ஒவ்வொரு தடவையும் எண்ண வைக்கும்.

அருணாவைப் பார்த்தார். அருகில் வந்து குனிந்து பார்த்தார்.

பெண்! இருபத்து மூணு வயது இருக்குமா? வாய் தடித்து நீலமாகியிருந்தது. நெற்றிப்பொட்டு இரவின் பனியில் கரைந்து சற்றே வழிந்திருக்க... கழுத்தில் கறுப்பாக உறைந்த ரத்தம்... கை வளை, கழுத்துச் சங்கிலி, மோதிரம், காதுத் தங்கம் எல்லாம் பத்திரமாக இருக்கின்றன!

தேவய்யா ஃபாரன்சிக் லேபரட்டரி ஆசாமிகளின் பயிற்சி முகாமுக்குச் சென்றிருந்தார். தடயங்களை எப்படித் தேடுவது, தடயங்களை எப்படிக் கலைக்காமல் இருப்பது என்பது அவருக்குத் தெரியும். ஸீன் ஆஃப் அஃபென்ஸ் வண்டி வரும்.

அதுவரை,

மெல்லச் சுற்றி வந்தார். பர்ஸ் அழகாக மூடப்பட்டு அருகில் இருந்தது. இது என்ன காகிதம்? எடுத்து பத்திரப்படுத்தினார். உடல் ஒழுங்காகப் படுத்திருந்ததாகத் தோன்றியது. பக்கத்தில் பை ஒழுங்காக இருக்கிறது. புடைவை ஒழுங்காகக் குலையாமல் இருக்கிறது. சரேல் என்று ஹாசனில் அந்தக் காட்சி ஞாபகம் வந்தது. ஒரு கால் மடங்கி அத்தனை புடைவையும் வழித்து... வெயிலில் தொடைகள் பளபளக்க...

ம்ஹூம்...இந்தப் பெண்ணின் உடல் ஒழுங்காக இருக்கிறது. அந்தக் கழுத்து வெட்டைத் தவிர ஒன்றும் விபரீதமாக இல்லை. தூங்குவதுபோல் இருக்கிறாள். ஒழுங்கு உறுத்தியது. வேறு எங்கோ கொலை செய்து விட்டு இங்கே கொண்டுவந்து கிடத்தப்பட்டிருக்கிறாளோ? பார்க்கலாம்.

பெண்ணே நீ யார்?

பர்ஸை அலங்காமல் அடியிலிருந்து எடுத்து, துல்லியமாக ரத்தக் கறை இருப்பதையும் அதில் விரல் அடையாளம் இருப்பதையும் பார்த்தார். கர்ச்சீப்பினால் பர்ஸை லாகவமாகத் திறந்தார். உள்ளே ரூபாய் நோட்டுகள் இருந்தன. ஒரு செண்ட் பாட்டில் பரிமளித் தது. ஒரு கர்ச்சீப். லிப்ஸ்டிக் ஒரு காம்பாக்ட். ஸ்ரீலங்கா தபால் தலை ஒன்று. டயரியோ சீட்டோ எதுவும் இல்லை. பக்கத்தில் கிடந்த புத்தகத்தை எடுத்தார். 'Unpredictable Bride' புரட்டினார். 'கணேஷ் லெண்டிங் லைப்ரரி, ஸம்பிகே ரோடு, மல்லேஸ்வரம்' என்று ரப்பர் ஸ்டாம்ப் ஒத்தியிருந்தது. கடைசிப் பக்கத்தில் அட்டையில் *368 15.2 1089 17.3 3372.34 559 45* என்று வரிசையாக எண்களாக எழுதப்பட்டிருந்தன.

இரண்டு போலீஸ் வண்டிகள் வந்தன. அதில் ஒன்று பிரத்தியேக வண்டி. விரல் அடையாளம் தேட, போட்டோ பிடிக்க, தடயங்களைத் துழாவ, இதற்கென்றே ஏற்பட்ட விசேஷ சாதனங்கள் இறக்கப்பட்டன. அவர்கள் செயல்பட்டார்கள்.

புதிதாக வந்த போலீஸ்காரர்கள் சற்று அதிகப் பிரயத்தனத் துடனும் கோபத்துடனும் கூட்டத்தினரை விலக்கிச் சுற்றிலும் இடம் பண்ணிக் கொடுக்க, 'ஏனப்பா, பார்த்தால் என்னவாம். முட்டியில் அடிக்கிறாயே!'

'நீங்கள் எல்லாம் அப்படிக் கண்டபடி மிதித்தால் கொலை பண்ணினவனைக் கண்டுபிடிப்பது மிகவும் கஷ்டமாகிவிடும்' என்றார் தேவய்யா.

'உடுகி யாரு ஸ்வாமி?'

'ஒதுங்கு... ஒதுங்கு... தூரப்போ.'

தேவய்யா சாலமன் என்பவரிடம் பேசினார். 'விரல் ரேகை அடையாளங்கள் நிறைய இருக்கின்றன. அந்தக் கைப்பையில் ஓர் அழகான அடையாளம் பதிந்திருக்கிறது...'

பளிச் என்று ஃப்ளாஷ் அடித்தது லின்ஹாஃப் காமிரா. 'கழுத்தில் காயத்தை க்ளோஸ் அப்பில் எடுங்கள்' என்றார்.

அருணாவின் கையை மடக்கி மெதுவாக அவள் விரல்களைப் பரி வுடன் பார்த்தார் தேவய்யா. எவ்வளவு சில்லென்று இருக்கிறது? ஏறக்குறைய கத்திரிப்பூ நிறத்துக்கு வந்துவிட்ட விரல்களின் நுனியில் நீல நகங்களை மிகக் கவனமாக ஆராய்ந்தார்.

'ஸாலமன் இல்லி பன்னி!'

ஸாலமன் வந்தார்.

'நோடி.'

பார்த்தார். அருணாவின் ஆள்காட்டி விரல் நகத்தின் நுனியில் ஒரே ஒரு நூல் ஒட்டிக்கொண்டிருந்தது. மூன்று அங்குல நீளம் இருக்கும்.

'இண்ட்ரஸ்டிங்! ட்வீஸர் கொண்டுவாப்பா.' அந்த நூலை மிக ஜாக்கிரதையாக ட்வீஸர் கொண்டு எடுத்து பத்திரப்படுத்திக் கொண்டார்கள்.

ஜீப் ஒன்று சர்ரென்று வந்து தோரணையுடன் நிற்க, விரைப்பான சல்யூட்டுகளுக்கு மத்தியில் கமிஷனரும் உதவி கமிஷனரும் இறங்கினார்கள்.

'யார் இன்ஸ்பெக்டரு?'

தேவய்யா எழுந்து வந்து சல்யூட் அடித்தார். 'நீயா தேவய்யா?' என்றார் கமிஷனர். தேவய்யாவை ரெக்ரூட் செய்ததே அவர் தான்.

We must have officers like him - strong in body and mind...

'ஏனய்யா?'

'மர்டர் சார் பொண்ணு.'

'என்ன வயசிருக்கும்?'

'இருபத்து மூணு இருபத்து நாலு இருக்கும் சார்.'

'ரேப்பா?'

'சொல்ல முடியாது சார். ஸ்டெய்ன் எடுத்தபிறகுதான் தெரியும். காசு, நகை எல்லாம் அப்படியே இருக்கிறது! உடம்பில் ஒரே ஒரு இடத்தில்தான் காயம். Stabbing ரொம்ப deep என்று தெரிகிறது. ஆண்பிள்ளை.'

'ஆயுதம் என்ன?'

'ஆயுதம் கிடைக்கவில்லை. கத்தியாக இருக்கலாம்.'

'Dog squad-ஐக் கூப்பிட்டுப் பார்.'

'சரி சார்.'

'பன்னி நோடோணா.'

கமிஷனர் குச்சியைச் சுற்றிக்கொண்டு அருகே சென்றார். கமிஷனருக்கு அருணாவின் வயதில் ஒரு பெண் இருந்தாள். இப்போது இல்லை. ஒரு கணம் அப்படியே மௌனமாக நின்றார். அவள் பெயர் புட்டலட்சுமி. 'லட்சுமி!' என்றுதான் கூப்பிடுவார். ஒரு கணம், 'லட்சுமி என் கண்ணே!' அவர் கண்கள் நீர்த் திரையிட கூலிங் கிளாசை எடுத்து அணிந்துகொண்டார்.

'தேவய்யா! வா, இப்படி' என்றார்.

கமிஷனருடன் தேவய்யா தனியாகச் சென்றார்.

'எப்படி இருக்கிறாய்?'

'பரவாயில்லை சார்.'

'ஹாஸனில் இருந்தாய்தானே!'

'ஆம் சார்.' அவர் தோளில் தட்டிக் கொடுத்தார்.

'பாவம்!' என்றார். 'ஏதாவது தடயங்கள் அகப்பட்டனவா?'

'அகப்பட்டது சார்.'

'பெண் யார் என்று தெரிந்ததா?'

'தெரிந்துவிடும் சார்.'

'எப்படி?'

தேவய்யா அந்தப் புத்தகத்தைக் காட்டினார். கடைசிப் பக்கத்தில் இருந்த எண்களைக் காட்டினார். 'சர்குலேட்டிங் லைப்ரரியி லிருந்து எடுத்திருக்கிறாள். அங்கே என்ட்ரி இருக்கும். விலாசம் இருக்கும்.'

'தேவய்யா, பெற்றவர்களுக்குச் சொல்லும்போது கொஞ்சம் ஜென்டிலாச் சொல்லுங்க! ரொம்ப அவதிப்படுவாங்க...'

'சரி சார், ஷ்யூர் சார். அப்புறம் இந்தக் காகிதம் கிடைத்தது சார்.'

'இது என்னது?'

கமிஷனர் மெலிதாக நனைந்த அந்தக் காகிதத்தை ஆராய்ந்தார். அதன் ஒரு பக்கத்தில் விதம்விதமாகக் கோடுகள் போட்டிருக்க, மறுபக்கத்தில் பால் பாயின்ட் பேனாவில் இரண்டு தடவை எழுதியிருந்தது.

அப்ஸரா.

அப்ஸரா.

5

ஒரே மாதிரி டைப் அடிக்கும் சத்தம் கேட்டது. அந்தப் பின்னணியில் வெற்றிலையின் முதுகு நரம்பைச் சொகுசாக நீக்கி, அந்தப் பச்சைச் சுருளை வாயில் அடக்கிக்கொண்டு அகலக்

குங்குமக்காரி, 'ரொம்ப சின்னவனா இருக்கியே... பணம் வெச்சிருக்கியா?' என்றாள்.

'இருக்கு' என்று தன் பையிலிருந்து அமெரிக்க டாலர் நோட்டு களை எடுத்துக் கொடுக்க, 'போ! உள்ளேதான் போ. உள்ளே இருக்கா. போ!' என்று சொல்ல, மிதியடியில் காலைத் தேய்த்து விட்டு மெதுவாக உள்ளே செல்ல, சல்லாத் துணிக்குள் அவள் படுத்துக்கொண்டிருக்க, 'வாங்க! ஏன் சட்டையெல்லாம் ரத்தம்?' என்று கேட்க...

'வர வழியிலே ஒரு பொண்ணைக் கொலை செஞ்சேன். அதான் ரத்தமாயிடுச்சு!'

'என்ன புடைவை கட்டியிருந்தா?'

'நீலத்திலே ஏதோ பூப் பூவா! எல்லாம் சேப்பாயிடுச்சு! சும்மா பீச்சியடிச்சது. ரத்தத்துக்குக்கூட வாசனை இருக்குது தெரியுமா?'

'இப்ப நீ என்னைக் கொல்லப் போறியா?'

'சேச்சே! உன்னை யாராவது கொல்வாங்களா? சத்தியமா நான் சொல்றேன். அந்தப் பெண்ணை நான் வேணும்னே கொல்லலை தெரியுமா! அந்தப் பொண்ணு யாருன்னே எனக்குத் தெரியாது. அட்ரஸ் கிடைச்சது. அதுவும் எப்படி...'

'சும்மா வளவளன்னு பேசாதே. காரியத்தைக் கவனி!' அவன் அவளருகில் உட்கார்ந்துகொள்ள, அவள் அவன் கையைப் பற்றித் தன் மார்பின்மேல் வைத்துக்கொண்டு, 'தொட்டுப் பாரு' என்றாள். அவன் தன் கையை விலக்கி அவள் கழுத்தைத் தடவிக் கொடுத்து 'இங்கேதான் குத்தினேன்' என்றான்.

'சரியாப் படுத்துக்கயேன். இதெல்லாமா சொல்லித் தருவாங்க!' அவள் மேல் அவன் இயங்குகையில், 'அவ வீட்டுக்குப் போனேன். அவ பின்னாடியே பஸ்ஸிலே போனேன். பார்க்குப் போனேன். ரொம்ப நேரம் படிச்சிட்டிருந்தா. யோசிச்சு யோசிச்சுப் பார்த்தேன்.'

'ஷ்! பேசாதே. காரியத்தைக் கவனி!' களுக்கென்று சிரிப்பு கேட்டது. 'அய்யய்ய! இவ்வளவுதானா?'

இவ்வளவுதானா? இவ்வளவுதானா?

அந்த அறையில் சிரிப்பொலி அதிகமாக, திரும்பிப் பார்த்தால் வாசலில் அந்த வெற்றிலைப் பாக்குப் பெண்பிள்ளை மூக்கில் பெரிய வைரம் ஜொலிக்க, சோழிப்பற்கள் நிறையத் தெரிய சிரியோ சிரி என்று சிரிக்கிறாள். ஜன்னல் எல்லாம் சிரிப்பு முகங்கள் தெரிய...

'தேவடியா வீட்டுக்கு வந்த மூஞ்சியைப் பாரு! உனக்கு என்னடா தெரியும்?'

'எனக்குக் கொலை செய்யத் தெரியும். அப்படியே கீறிப்பிடுவேன்!'

இன்னும் இன்னும் சிரிப்பு அதிகமாக,

'கூன் போடாதே, போடாதேன்னு எத்தனை தடவை சொல்லியிருக் கேன்!'

அப்பாவின் குரல். சுளீர் என்று முதுகில் அடி. தாங்கமுடியாத வலி.

சிலிர்த்துக்கொண்டு எழுந்தான். சற்று நேரம் விட்டத்தை நோக்கிப் படுத்திருந்தான். முகமெல்லாம் வியர்த்திருந்தது. மின் விசிறி கிச்சுக் கிச்சு என்று ஓடிக்கொண்டிருந்தது. ஜன்னலில் சிகரெட் டப்பாவில் கொஞ்சம் மண்ணில் ஒரு சின்ன செடி துளிப் போரம் பூத்திருந்தது. எழுந்து அந்த அறையை ஒட்டியிருந்த பாத்ரூமில் முகத்தை அலம்பிக்கொண்டு பல் தேய்த்துவிட்டு, தன் நேற்றைய சட்டையையும் பேண்டையும் கவனித்தான். சட்டையில் ஒரே ஒரு ஓரத்தில் பட்டிருந்தது. பேண்டில் கருநீலத் திட்டுகள் நிறைய உறைந்திருந்தன. இரண்டையும் களைந்தான். பேண்டைப் பந்தாகச் சுருட்டி அழுக்குக் கூடைக்குள் அடைத் தான். சட்டையை பிளாஸ்டிக் பக்கெட்டில் நனைத்தான். தன் உள்ளாடைகளையும் களைந்து சற்று நேரம் பிறந்த மேனியாகக் கண்ணாடியில் மறுபடி நின்று தன்னையே வேற்று மனிதன் போல் நோக்கினான்.

குளித்தான். உடுத்தான். படுக்கைக்கு அடியில் இருந்த ஆயுதத்தை எடுத்தான்.

'யார் நீங்க! யார் யாரு?'

'ஒண்ணும் பண்ணமாட்டேன். ஓடக்கூடாது. ஓடக்கூடாது!'

கத்தியை ஓங்கினான்.

கதவு தட்டப்படும் சப்தம் கேட்க, 'யாரு?' என்றான்.

'பாலிஷ் சார்.'

கத்தியை மேஜைமேல் வைத்துவிட்டுக் கதவைத் திறந்து 'பாலிஷ் வேண்டாம். எதிர்த்தாற்போல கடை இருக்கிறது பார். அதில் ஒரு நியூஸ் பேப்பர் வாங்கிக்கிட்டு வா! சில்லறை தரேன்!'

டெக்கான் ஹெரால்டைப் புரட்டிப் புரட்டிப் பார்த்தான். அவன் எதிர்பார்த்த செய்தி அதில் இல்லை. தூக்கி எறிந்தான். தன் அறைக் கதவை மேலாகத் தள்ளிவிட்டு மாடிப்படி இறங்கிக் கீழே வந்தான். டைப்ரைட்டிங் இன்ஸ்டிடியூட்டில் பெண்களுக்கு க்ளாஸ் நடந்துகொண்டிருந்தது. குளித்துவிட்டு நெற்றியில் குங்குமமும் பூவும் வைத்த பெண்கள் விரல் ஓடித்துக்கொண்டிருந் தார்கள். இன்ஸ்டிடியூட்டின் ஓனரைப் பார்த்து, 'குட்மார்னிங்' என்றான். ஹோட்டலுக்குச் சென்று கல்லாப்பெட்டி அருகில் இருந்த டெலிபோனை அனுமதியுடன் சுழற்றினான்.

காத்திருந்தான்.

வீதியில் ஃபாக்டரி பஸ்கள் ஒன்றுடன் ஒன்று போட்டி போட்டுக் கொண்டு விரைந்தன.

'ஹலோ, எக்ஸ்டன்ஷன் 269 ப்ளீஸ்!'

அதில் ஒரு பெண் இங்கேயிருந்து பார்த்தால் அசப்பில் அருணா போல் இருந்தாள்.

'ஹலோ மணி, நான்தான்.' பஸ்ஸில் ஹார்ன் ஒலி. 'இன்றைக்கு நான் வரமாட்டேன். உடம்பு சரியில்லை. லீவு போடுகிறேன். பெரியவர் வந்தால் சொல்லிவிடு.'

'…'

'பார்டன்!'

'…'

'நாளைக் கவலை நாளைக்குப் பட்டுக்கொள்ளலாம். ஓகே!'

பைசா கொடுத்துவிட்டு நேராக ஒரு மேஜைக்குச் சென்று உட்கார்ந்து ஒரு காபி மட்டும் கேட்டான்.

காபிக்காகக் காத்திருக்கும்போது இண்டியன் எக்ஸ்பிரஸை ஒருவரிடமிருந்து வாங்கி சரசரவெனப் புரட்டிப் பார்த்துவிட்டுத் திரும்பக் கொடுத்தான். வந்த காபியைச் சூட்டோடு விழுங்கினான். ரொம்ப நேரம் ஒரே திசையைப் பார்த்துக்கொண்டு உட்கார்ந்திருந் தான். அப்புறம் மெதுவாகத் தன் விரலால் மேஜைமேல் ப்ரேமா என்று இரண்டு மூன்று தடவை எழுதப் பழகிக்கொண்டான்.

6

விக்டோரியா ஆஸ்பத்திரியின் எத்தனையோ கேட்டுகளில் ஒரு கேட்டில் நுழைந்ததும் வலப்பக்கம் திரும்பினால் அந்த மஞ்சள் கட்டடம் இருந்தது. நன்றாகக் கம்பி வலைகள் அடைக்கப்பட்டு ஒரே ஒரு வாசலில் காக்கிச் சட்டைக்காரனைக் கடந்தால் உள்ளே பெரிய ஹாலைச் சுற்றியும் எட்டு அடி அகலத்துக்கு நடை ஈரமாக இருந்தது. அங்கங்கே உடல்கள். கச்சிதமாக ஓலைப்பாயில் சுருட்டப்பட்டு முழுதும் மூடி எகிப்திய மம்மிகள்போல் கிடக்க, ஹாலுக்குள் நுழைய மூக்கைப் பிடித்துக்கொண்டு செல்ல வேண்டியிருந்தது. அங்கே ஒரு கன இரும்பு மேஜைமேல் பாளம் பாளமாக ஐஸ் வைத்து அந்த ஜில் படுக்கையின் மேல் வெள்ளைத்துணி சுற்றி அருணா. காலையில் பார்த்ததற்கு இப்போது இன்னும் மாறியிருந்தது. வீக்கங்கள் அதிகமாகி, எங்கே அந்த நேற்றைய அழகான அருணா! 'ஹலோ கிங்!' என்று அந்த மார்பிள் மகாராஜாவைக் கேட்டவள் எங்கே?

அம்மா விசித்து அலை அலையாக அழுதாள். 'போய்ட்டு வந்துடறேன்னு சொன்னாளேடி!'

'போய்ட்டு வந்துடறேன்னு சொன்னாளேன்னா!'

'போய்ட்டு வந்துடறேன்னு சொன்னா சார்!' என்று திரும்பத் திரும்ப அருணா வாக்குத் தவறியதையே சொல்லிக் கொண்டிருந் தாள்.

சகுந்தலா அம்மா புடைவையைச் சரி செய்துகொண்டே 'அழாதே அம்மா. அழாதே அம்மா!' என்று அழுதாள். அப்பா இடிந்து போய் அந்த மார்ச்சுவரி வாயிலில் சப்பளம் கட்டிக் கொண்டு உட்கார்ந்துவிட, அருகில் அருணாவுக்கோ, குடும்பத் துக்கோ சம்பந்தம் இல்லாத ஆஸ்பத்திரி வேலைக்காரி ஒருத்தி தன் துக்கங்களை எல்லாம் அழுது தீர்த்துக் கொண்டிருந்தாள்.

34

காக்கிச் சட்டைக்காரன், 'அப்படியே சுத்தி வாங்கம்மா. ஆய்டுச்சு. எல்லாம் ஆய்டுச்சு. இன்னும் கொஞ்ச நேரத்திலே குடுத்துடுவாங்க. பூக்கணக்கா இருக்குது பாருங்க பாடி. 'பஷ்ட் கிளாசா பெரிசு பெரிசா ஐஸ்கட்டி... அதுக்குனே கொணாந்தேன்' என்றான்.

'கன்னியாப் பொண்ணு இல்லை? எங்க ஜாதியிலே பொட்டு இட்டு தாலி கட்டிட்டுத்தான் எடுப்பாங்க!'

'ஆமா! இல்லாட்டி பேயா உலாத்துமாம்.'

'பஜ்ஜி பண்ணி - கேசரி பண்ணி, எல்லோருக்கும் காபி போட்டு, என் தெய்வமே...'

தேவய்யா அப்பாவைத் தனியாகக் கூப்பிட்டார். 'நீங்கதானே பொண்ணுக்கு ஃபாதர்?'

அவர்கள் மர நிழலில் நின்றார்கள். ஒரு டாக்சி வந்து நிற்க அதன் டிக்கியைத் திறந்து பின்பக்க சீட்டின் முதுகை மடக்கி, திறமை யாக ஓர் உடல் உள்ளே வைக்கப்பட்டது. பீடியைக் கடித்துக் கொண்டு ஒருவன் டாக்ஸியின் முன் சீட்டில் ஏறிக்கொண்டான்.

'உங்களைத் தொந்தரவு பண்றதா நினைக்காதீங்க. ட்ரபிள் இருந்ததுன்னா அப்புறம் வெச்சுக்கலாம்.'

'என்னது?'

'கொஞ்சம் கேள்வி.'

'லைப்ரரிக்குப் போறதாச் சொன்னா சார். சென்ட்ரல் லைப்ரரிக்கு...

'அப்படியா! செக் பண்ணிடலாம். யாரையாவது பையனைக் கல்யாணம் பண்ணிக்கனும், லவ், அது இது?'

'ஒண்ணுமே கிடையாதுங்க!'

'இந்த மாதிரி ராத்திரி அடிக்கடி வெளியே போகுமா?'

'சேச்சே?'

'உங்களுக்கு சொந்த ஊர் எது?'

'பூதலூர்.'

'அப்ஸராங்கிற பேரு உங்களுக்கு ஏதாவது பெமிலியரா இருக்கா?'

'அப்ஸரா?'

'ஆமாம்.'

'என்ன அப்ஸரா? என்ன பேரு இது?'

'இல்லை. பாடி பக்கத்திலே ஒரு காகிதம் இருந்தது. அதிலே அப்ஸரான்னு இரண்டு தடவை எழுதியிருந்தது. யோசிச்சுட்டுச் சொல்லுங்க. உங்க வீட்டிலே மத்தவங்க கிட்டயும் விசாரிச்சுச் சொல்லுங்க.'

அப்பா தலையை ஆட்டினார்.

காக்கிச் சட்டைக்காரன், 'ஏன் சார், வண்டி கொண்டு வரச்சொல்லட்டுமா?' என்றான்.

'போடா போலி மவனே. செத்த பிணத்துக்கிட்டேகூட லஞ்சம் கேட்பியே நீ!' என்றான் கான்ஸ்டபிள்.

'ஏன் ஸ்வாமி நீவு ஈதரா மாத்தாடுத்திரா... அவங்க ஒண்ணும் தெரியாதவங்கள இருக்காங்களே, பாடியை எடுத்துக்கிட்டுப் போக உதவி செய்யலாம்னு!'

'போடா போலி மவனே!' என்று கான்ஸ்டபிள் அவனை நிமிர்த்தப்போக, அவன் தப்பித்து ஓடி தூரத்தில் நின்றான். வாய்க்குள் திட்டினான்.

'நன்றாக யோசித்துப் பாருங்கள். யாராவது ஏதாவது காரணத்துக் காக அவளை அளவுக்கு மீறி வெறுத்திருக்க முடியுமா?'

'ம்ஹஉம்!'

அருகே நின்று வெங்கட் ரெட்டி, 'நல்ல பொண்ணு சார். எத்தனை பேருக்கு எவ்வளவு ஒத்தாசை தெரியுமா? எவ்வளவு பேர் வந்திருக்காங்க பாருங்க! அத்தனை பேரும் ஃப்ரெண்ட்ஸ், ஆபீஸ்காரங்க... அக்கம் பக்கத்து வீட்டுக்காரங்க...'

பேக்கரி மாது வந்திருந்தான்.

கணேஷ் லெண்டிங் லைப்ரரியின் அந்த இளைஞன் கடையை முடிவிட்டு வந்து மூலையில் படியில் உட்கார்ந்துகொண்டு கண் சிவந்திருந்தான்.

ஒரு கான்ஸ்டபிள் வந்து, 'கமிஷனர் சார் வந்திருக்காங்க!' என்று சொல்ல தேவய்யா, 'நான் உங்களுடன் அப்புறம் பேசுகிறேன்' என்று கிளம்பினார்.

'என்ன ஆயிற்று? ஏதாவது காரணம் தெரிந்ததா?'

'இல்லை சார். நிறைய விசாரிச்சேன். ஃபேமிலியில்தான் இன்னும் தீர விசாரிக்கவில்லை. சுற்றுப்பட்டவர்கள், ஆபீஸ்காரர்கள், சிநேகிதர்கள் எல்லாரையும் விசாரித்தேன். எல்லோரும் வந்திருக் கிறார்கள். அவளைக் கொல்லக்கூடிய அளவுக்கு விரோதம், காதல் அதெல்லாம் ஒன்றுமே இல்லை. Straight girl.

'போஸ்ட்மார்ட்டம் ஆகிவிட்டதா?'

'ம்... ரிப்போர்ட் பார்க்கிறீர்களா? கத்திக்குத்து. ஆழப்பதிந்த ஒரே ஒரு கத்திக்குத்து. கம்ப்ளீட்டாக passage-ஐயே கிழித்து இன்ஸ்டன்ட் டெத். சாயங்காலம் ஆறரை மணிக்கு.'

'கப்பன் பார்க்கிலே ஆறரை மணிக்கு ஒரு பெண் கொல்லப் பட்டிருக்கிறாள். ஜனங்கள் பட்டாணிக்கடலை தின்றுகொண்டு ... விட்டுக்கொண்டு இருக்கிறார்கள். என்ன ஊரப்பா இது!'

'ப்ரிண்ட்ஸ் நிறைய இருக்கிறது. ப்ளட் க்ளாட் ஸாம்பிள் லாபரட்டரியில் எடுத்திருக்கிறார்கள். ஸெமினல் ஸ்டெய்ன் ஏதும் கிடையாது. இவளை எதற்குக் கொன்றான் என்றே தெரிய வில்லை. பணத்துக்கு அல்ல. உடலுக்கு அல்ல. வெறுப்புக்கு அல்ல! டிஃபிகல்ட்!'

'வேறு ஏதாவது angle-இல் பார்க்கவேண்டியதுதான்!'

'கொன்றவன் எதையும் மறைக்க விரும்பியதாகத் தெரிய வில்லை. அவனிடம் ஒரு ஒழுங்கு இருக்கிறது! அவள் கைப்பை பக்கத்தில் ஒழுங்காக நிறுத்திவைக்கப்பட்டிருந்தது. அந்தப் புத்தகமும் அப்படியே. உடல் நன்றாக மூடப்பட்டி ருந்தது. கைரேகைகள் பதிவதைப் பற்றி அவன் கவலைப்படு கிறவனாகத் தெரியவில்லை. அந்தப் பையில் மிகத் தெளிவாக அவனுடைய விரல் அடையாளம் பதிந்திருக்கிறது. அவன்

சட்டையின் நூல் ஒன்று அகப்பட்டிருக்கிறது. அதை லாபரட்டரிக்காரர்கள் என்ன செய்யப்போகிறார்கள். தெரியாது! அப்புறம் இந்த அப்ஸரா!'

'அப்ஸரா என்கிறது ஒரு கடையின், வீட்டின், தியேட்டரின் பெயராக இருக்கலாம்.'

'அதை ஏன் அவன் கைப்பட எழுதவேண்டும்? அப்புறம் அது எழுதியிருக்கும் காகிதம் எனக்கு முக்கியமாகப்படுகிறது சார்... பின்னால் அழுக்குக்கோடுகள்... அதில் ஏதாவது செய்தி இருக்கவேண்டும்.'

'கோர் ஆஃப் டிடெக்டிவ்ஸுக்குக் கொடுத்துப் பார்க்கலாமா?'

'இல்லை சார். நானே முயன்று பார்க்கிறேன்' என்று ஏறக் குறையக் கெஞ்சினார் தேவய்யா.

இரண்டு : ப்ரேமா

1

'ப்ரேமா! இன்னும் கிளம்பவில்லை நீ?'

'ஒரு நிமிஷம் மம்மி!'

டைனிங் டேபிள் முழுவதும் புத்தகங்கள் பரவி இருக்க இடக் கையில் பாதி கடித்த ரொட்டித்துண்டு, வலக்கையில் பென்சில் வைத்துக்கொண்டு மிக வேகமாக ஹோம்வொர்க்: Write the union and intersection of the sets given below.

நாக்கை நீட்டிக்கொண்டு, வாயை விதம் விதமாகப் பண்ணிக்கொண்டு தன் அவசர மகள் கொட்டு/ வாயில் வீட்டுப் பாடம் செய்வதைப் பார்த்தாள்.

அவசர அவசரமாகக் கோதி வாரப்பட்டு ரப்பர் வளையல் போட்டு அடக்கப்பட்ட தலைமயிர். திட்டுத் திட்டாகப் பவுடர்.

'சாயங்காலம் சொன்னேன், ராத்திரி சொன்னேன், இந்த ஹோம்வொர்க்கை அப்பவே பண்ணித் தொலைத்துவிடு என்று. தினம் இதுதானா? பஸ்ஸுக்கு மூணு நிமிஷம் இருக்கிறபோதுதானா? எனக்கு ஏன் இப்படி ஒரு பெண் பிறக்க வேண்டும்?'

'ஷட் அப்! எனக்கு ஏன் இப்படி ஒரு மம்மி பிறக்கவேண்டும்? Mummy, what is an universal set?'

'ப்ரே...மா' என்று வீட்டு வாசலில் ஒரு சங்கீதக் குரல் கேட்டது. கீதா வந்துவிட்டாள். 'கமிங் கீத்து!'

'பாக்கியைப் பஸ்ஸில் போட்டுக்கொள்கிறேன் மம்மி' என்று தாயின் கன்னத்தில் ஒரு முத்த முத்திரை வைத்துவிட்டு ஒரே ஓட்டம் வெளியே. மறுபடி ஒரே ஓட்டத்தில் உள்ளே வந்து மறந்துபோன டிபன் பாக்ஸை எடுத்துக்கொண்டு... பதிமூன்று வயசுப் புயல்!

'ஹாய் கீத்து!'

'ஹாய்!'

ப்ரேமா அவளைவிட உயரமாகவும் பருமனாகவும் இருந்தாள். 'நாங்கள் எல்லாம் சிக்கன் சாப்பிடுகிறமே!' ப்ரேமாவுக்கு அந்தப் பள்ளியின் சீருடை போதவில்லை. பலப்பல இடங்களில் பிரித்துத் தைக்கப்பட்டிருந்தது. மதமதவென்று நல்ல ஊட்டமாக இருந்தாள். கண்ணாடி போட்டுக்கொண்டு கச்சலாக இருந் தாலும் கீதாவுக்குத் தெரியாத விஷயம் கிடையாது. கீதாதான் தலைவி. அவள்தான் ஆசான். அவளுக்குத்தான் எல்லாப் பதில் களும் தெரியும்.

வீட்டைவிட்டு வெளியே கொஞ்ச தூரம் நடந்ததும் 'ப்ரேம், லுக்!' என்றாள். நியூஸ்பேப்பர் அட்டையிட்ட ஒரு புஸ்தகம். பிரித்துப் பார்த்தாள். ஹெரால்ட் ராபின்ஸின் பைரேட்.

'ஊ...' என்றாள் ப்ரேமா. சுற்றிலும் பார்த்தாள்.

'எல்லாம் இருக்கிறது இதில்! பெரிய புஸ்தகம், மூன்றாகப் பிரித்து ஸ்கூல் புத்தக சைஸுக்குச் செய்திருக்கிறோம். பாக்கி இரண்டு, பண்டரியும் விமலாவும் படிக்கிறார்கள். ப்ரேம், படித்துப் பார்க்கிறாயா?'

'புரியாது.'

'புரிகிறது. நன்றாகப் புரிகிறது. அதற்கு என்ன வார்த்தை தெரியுமா?'

'எதற்கு? நீ என்ன சொல்லுகிறாய் என்றே எனக்குத் தெரியாது கீத்து!'

'ஆஹா! பாசாங்கு...ப்ராமிஸ்...மண்டையில் அடித்து என் அப்பா அம்மா சாட்சியாகச் சொல். உனக்கு அதற்கு அர்த்தம் தெரியாது?'

'தெரியாது.'

'ப்ராமிஸ்!'

'ப்ராமிஸ் எதற்குச் செய்யவேண்டும்? அதான் சொல்லி விட்டேனே!'

'you are a liar, man!'

'நோ யா!' என்று நமட்டுச் சிரிப்பு சிரித்தாள். கீதா இதையெல் லாம் சொல்லும்போது அவள் உள்ளே ஒரு பரபரப்பு ஏற்படும். இன்னும் ஏதாவது சொல்லமாட்டாளா என்றிருக்கும்.

ப்ரேமா சமீபத்தில் மாறிவிட்டாள். அவளுக்கே அவள் இடுப்பு பெரிதாகிக்கொண்டு வருவதும் மார்பில் மாற்றங்களும் தெரிய, சில தனி நேரங்களில் அதிக ஏக்கமும் பயமும்கூட இருந்தது. நான் ஒரு பையனாக இல்லையே என்கிற ஏமாற்றத்தின் தீவிரத்தை அவளால் சில சமயங்களில் சமாளிக்க முடியவில்லை. சில சமயங்களில் அவள் பையன்களை ஒரேயடியாக வெறுத்தாள். நிறைய பயந்தாள். குழந்தை பிறப்பது பற்றி... பாய்ஸ்களுடன் பேசுவது பற்றி. அப்புறம் அந்த அசுத்தம் பற்றி. உடனே கீதாவின் வினோதமான காரணங்கள், வினோதமான நம்பிக்கைகள்.

பஸ் நிலையத்தில் ஒருவன் வந்து அவர்களை நெருங்கி விசாரித்தான். ஒரு காகிதத்தில் எழுதியிருந்த விலாசத்தைக் காட்டி, 'இந்த வீடு எங்கே இருக்கிறது?' என்றான்.

'அங்கிள், அது என் வீடு! இங்கிருந்து இரண்டு ஃபர்லாங் இருக்கிறது. உங்களுக்கு யார் வேண்டும்?'

'எனக்கு எனக்கு ... உன் பெயர் என்ன?

'ப்ரேமா! எங்கள் வீட்டில் நீங்கள் யாரைப் பார்க்கவேண்டும்?'

பஸ் வந்துவிட ப்ரேமாவும் கீதாவும் முன்பக்கத்தில் ஏறிக் கொள்ள, அவன் பின்பக்கம் தொத்திக்கொண்டான். அதை அவர்கள் பார்க்கவில்லை.

ப்ரேமா அவனை உடனே மறந்து போய்விட்டாள். கீதாவின் வளவளப் பேச்சில்...

'Fantastic-யா! ஒரு பெரிய ஷேக். ஆயில் கிங்டம். ஏரோப்ளேனில் ஒரு ஜப்பானியப் பெண்!'

'கீது! எனக்கு இந்தப் புத்தகம் எல்லாம் பிடிக்காது.'

'உனக்கு என்ன புத்தகம் பிடிக்கும்? டின் டின், ஆர்ச்சி காமிக்ஸ்? எல்லாம் குழந்தைகள் சமாசாரம்!'

'ஷட் அப்!'

பஸ் இன்னும் நிரம்பிக்கொண்டிருந்தது. ப்ரேமாவும் கீதாவும் சற்றுப் பிரிந்துவிட்டதால் அந்தப் பேச்சு தொடர முடியவில்லை. அங்கிருந்து இருவரும் சங்கேத பாஷையில் பேசிச் சிரித்துக் கொண்டார்கள்.

பின்பக்கத்தில் பட்டையைப் பிடித்துக்கொண்டு தொங்கிக் கொண்டிருந்த அவன், ப்ரேமாவைப் பார்த்துக் கொண்டிருந் தான். அடர்த்தியான நிறைய கேசம். காது, கழுத்து எங்கும் நகை கள் கிடையாது. பச்சையும் நீலமும் கலந்த சீருடை. வெள்ள மாகப் புத்தகங்கள், ஜாமெட்ரி பாக்ஸ். பேனாக்களுக்கு என்று ஒரு பெட்டி, ஒரு ஃப்ளாஸ்க், ஒரு டிபன் பாக்ஸ்!

நான் ஏன் இந்தச் சிறிய பெண்ணைத் தொடர்ந்து கொண்டிருக் கிறேன்? ஆபீஸில் இருக்கவேண்டியவன் அல்லவா நான்! நான் ஏன் இங்கே இருக்கிறேன்? இதில் ஏன் ஒரு தவிர்க்க முடியாத தனிமையை உணர்கிறேன்? எதற்காக என் உத்தியோகத்திலிருந்து விலகி, இவ்வளவு தூரம் விலாசம் தேடிவந்து இந்தப் பெண்ணைப் பின்தொடர்கிறேன்? நான் ஏன் இப்படிச் செய்யவேண்டும்? நான் யார்?

எத்தனை வயசிருக்கும் அவளுக்கு? பதினான்கு... பதினைந்து...

'இந்தக் கிளாசில் படம் போடத் தெரிந்தவர்கள் நில்லுங்கள்.'

ரத்தினவேலு என்ற பையனும் அவனும் நின்றார்கள்.

'உனக்குப் படம் போடத் தெரியுமா? புளுகாதே. உங்க அப்பாகிட்டே சொல்வேன்.'

உட்கார்ந்து விட்டான்.

'சாப்பிட உட்காரும்போது நெற்றிக்கு இட்டுக்கொள்ளவேண்டும் என்று எத்தனை தடவை சொல்லியிருக்கேன். கேட்டியா! என்னடா

பாழ் நெற்றி அது...' மிதிக்கவே மிதிக்கிறார். 'இல்லைப்பா மறந்துட்
டேன்ப்பா. அடிக்காதீங்கப்பா. வலிக்கிறதப்பா...'

'வயித்திலே உதைக்காதிங்கன்னு எத்தனை தடவை சொல்லி
யிருக்கேன்... ஏதாவது தப்பித் தவறி கீழே பட்டுடுத்துன்னா என்ன
ஆறது? முதுகுலே அடியுங்கோ. ஏண்டா பன்னாடை! அப்பா
சொல்கிறார்; கேக்க வேண்டாம். அவர் எவ்வளவு பெரியவர். அவர்
வார்த்தைக்கு ஒரு மரியாதை வேண்டாம்? போ. சோறு கிடையாது
உனக்கு. போ வாசல்லே போய் நில்லு, எச்சக்கல நாயே!'

அம்மா அடிக்கமாட்டாள். கிள்ளுவாள். அம்மா அழகாக இருப்பாள்.
நடக்கும்போது கொலுசு கேட்கும். வெற்றிலை நிறையப் போட்டுக்
கொண்டு விரலில் இருந்து சுண்ணாம்பைத் தெறிப்பாள்... அப்பா
திண்ணையில் ஐநாத்து நாலு விளையாடுவார்... வீணை சுப்ரி வீட்டு
மாடியில் மூணு சீட்டு ஆடுவார். அப்புறம் என்ன என்னவோ சாப்பிடு
வார். என்னைக் கூன் போடாதே என்று அடிப்பார், ராமகிருஷ்ணரின்
உபன்யாசங்களைப் படிக்கச் சொல்லிட்டு அடிப்பார். அல்ஜீப்ரா
வரவில்லை என்றால் அடிப்பார்.

'வாங்க குமாரசாமி. உள்ளே வாங்க! அவரா? அவரு இல்லையே!'

பஸ்ஸில் கூட்டம் குறைய ... அந்த இரண்டு பெண்களும் பாய்ந்து
ஒரு சீட்டில் இடம் பிடித்து உட்கார்ந்து உடனே பேச ஆரம்
பித்தனர். அவன் மெதுவாக முன்னேறி அவர்கள் அருகில்
கம்பியைப் பிடித்துக்கொண்டு நின்றான்.

'அப்பா சொல்லி வைத்திருக்கிறார். நிச்சயம் அழைத்துப்
போவேன் என்று சொல்லியிருக்கிறார். பெங்களூரிலேயே
இருக்கிறது ஸ்டூடியோ. ஹிந்திகூட எடுக்கிறார்கள். அனுரோத்
பார்த்தாயோ?'

'ம்ஹூம்'

'ரிஷி கபூர் இல்லையே! பார்க்கமாட்டாயே!'

'Rishi is fab ya' என்றாள்.

'சட். கபீர் பேடியைப் பார்த்திருக்காயா?'

'ஓ, நோ! உன்னை ஒரு விரலால் தூக்கிவிடுவான்!'

'பாஷ்யம் சர்க்கல் யார்ரீ!'

அந்தப் பெண்கள் இறங்கிக்கொண்டனர். அவனும் தயங்கி இறங்கிக்கொண்டான்.

இன்னும் பேசிக்கொண்டே அவர்கள் இருவரும் இடப் பக்கம் சரிவில் இருந்த அந்தப் பள்ளியை நோக்கிச் செல்ல இவன் மர நிழலிலிருந்து பார்த்துக்கொண்டிருந்தான்.

கல் கட்டடம். வரிசையாக சோல்ஜர்கள் போல நிற்கும் கோந்து மரங்கள்... சிமெண்ட் தளம். கொடிக் கம்பம். பெரும்பாலான சிஸ்டர்கள் கண்ணாடி அணிந்திருந்தார்கள். ஒரே சீராக நடந்து சென்றுகொண்டிருந்தார்கள். பின்பக்கம் மைதானம் தெரிந்தது. பாஸ்கெட் பால் வளையங்கள் தெரிந்தன.

அந்த நூற்றுக்கணக்கான பெண்களின் வெள்ளத்தில் ப்ரேமாவும் கீதாவும் கரைந்து போயினர்.

எத்தனை பெண்கள்... ரிப்பன் வைத்தது, ரிப்பன் வைக்காதது, கண்ணாடி போட்ட பெண்கள், உயரம், குட்டை, ஒல்லி... ஹை ஜம்ப் தாண்டும் பெண்கள், பாடும் பெண்கள், நடனமாடும் பெண்கள்... படிக்கும் பெண்கள்... படம் போடும் பெண்கள்.

மெதுவாக மெதுவாக அவர்கள் ஆரவாரம் குறைந்து பள்ளிக் கூடத்தினுள் மறைய, ரென்வாவின் சித்திரத்தைவிட அழகாக இருக்கும் பெண்கள்.

ஸ்கூல் பெண்கள்.

அவன் பெட்ரோல் பங்கின் எதிரில் இருந்த காபி ஹோட்டலில் டெலிபோன் செய்தான், காபி சாப்பிட்டான். 'இந்த ஸ்கூலுக்கு லஞ்ச் டைம் எத்தனை மணிக்கு விடுவாங்க?'

'பன்னண்டரைக்கு சார்.'

அவன் ஹோட்டலிலிருந்து கிளம்பி பஸ் ஸ்டாண்டுக்கு மறுபடி சென்றான்.

'என்னய்யாது! இப்பத்தான் போன் பண்ணினே, ஆபீஸ்ுக்கு வரமாட்டேன்னு! உடனே வந்து நிக்கறியே!'

'பாதி நாள் வேலை செய்யலாம்னு உத்தேசம். பன்னிரண்டு மணிக்குக் கிளம்பிடுவேன். மத்யானம் வரமாட்டேன். ஜோலி இருக்கிறது.'

'வினோதமான ஆசாமிய்யா நீ...'

ஏர்கண்டிஷன் செய்யப்பட்ட அறையில் அவன் நுழைந்தான். நடுவே கம்ப்யூட்டரின் மத்திய ப்ராஸஸரின் விளக்குகள் கண் சிமிட்ட, இந்தப் பக்கம் டேப் யோசித்து யோசித்துப் புறப்பட்டு இயங்கி நின்று... லைன் பிரிண்டர் திரௌபதியின் புடைவை போல் ஸ்டேட்மெண்ட் அடித்துத் தள்ள, அவன் ஒரு தடவை கன்னத்தில் போட்டுக்கொண்டுவிட்டு தன் அறையில் போய் உட்கார்ந்தான். எதிரே தீவிரமாக ப்ரோக்ராம் எழுதிக் கொண்டி ருந்த மணி நிமிராமல், 'ஹலோ!' என்றான்.

'ஹலோ!'

'அந்த ஷெட்யூலை முடித்துவிட்டாயா? பாஸ் கேட்டார்.'

'எந்த ஷெட்யூல்?'

'வெள்ளிக்கிழமை கொடுத்தாரே!'

'நான் இனிமே கோபால் எழுதுவதில்லை என்று தீர்மானித்து விட்டேன்!'

'நீ தீர்மானித்தால் போதாது!'

'புதிதாக ஆப்பரேட்டிங் சிஸ்டமே எழுதப் போகிறேன்.'

'டோன்ட் பி ஸில்லி! உளறாதே!'

'பாரேன், இதையெல்லாம் ஸ்க்ராப் பண்ணிவிட்டு...'

'இப்போது என்ன எழுதிக்கொண்டிருக்கிறாய்?'

'Batnum என்கிற விளையாட்டு. உன்னைப் போன்ற பாமரர்களை எப்போதும் கம்ப்யூட்டர் ஜெயிக்கிற மாதிரி!'

'அதற்காகத்தான் உனக்குச் சம்பளம் கொடுக்கிறார்களா? கொடுத்த வேலையைச் செய்யக்கூடாதா?'

'கொடுத்த வேலையை முடித்துவிட்டுத்தான் செய்கிறேன்!'

'எங்கே! அந்த ஷெட்யூலை இன்னும் முடித்தாகவில்லை. அவரானால் என் தலையைத் தின்னுகிறார். ஏன் இப்படி டாஜ் பண்ணறே? சரியாகப் பாதி நாள் வேலைக்கு வருவதில்லை...'

வந்தால் இந்த மாதிரி Batnum எழுதுகிறாய். என்ன ஆயிற்று உனக்கு?'

'ஒன்றுமில்லை! I am alright'

'You are not alright.'

அவன் தன் பையிலிருந்து எக்ஸ்பிரஸ் பேப்பரை எடுத்தான். அது எட்டாக மடிந்திருந்ததைப் பிரித்து இரண்டாம் பக்கத்திற்குச் சென்றான்.

Body in park.

Early morning yesterday the body of a young girl was found sprawled over a lush green lawn in Cubbon Park. The girl later identified as Aruna (23) was stabbed presumably with a sharp knife for unknown reasons. Police have registered a case of murder.

'பேப்பர் இருக்கா?' என்றான்.

'அதான் கையிலே வைத்திருக்கிறாயே...'

'இது முந்தா நாள் பேப்பர்' என்றான்.

'ப்ரேமா, நீ ஏன் எழுதவில்லை?'

'நோட்டு தீர்ந்துவிட்டது சிஸ்டர்.'

'நோட்டு தீர்வதற்குமுன் புது நோட்டு வாங்கிக்கொள்ள வேண்டும். நீ மிகவும் கவனக்குறைவானவள். ப்ரேமா, கிளாஸை விட்டு வெளியே போய் இந்தப் பீரியட் முழுவதும் வெளியே நில்.'

ப்ரேமாவுக்கு அழுகை வந்தது. அம்மாவின் மேல் ஆத்திரம் வந்தது. தினம் விசாரிப்பாளே, எந்த நோட்டு காணோம், எந்த நோட்டு தீர்ந்துவிட்டது என்று. நேற்று விசாரிக்கவில்லை. அம்மாவுக்கு என்ன தெரியும்? தினம் தினம் டிரஸ் பண்ணிக் கொள்ளத்தான் தெரியும். கண்ணாடிமுன் நின்றுகொண்டு இப்படிப் பார்த்துக்கொண்டு அப்படிப் பார்த்துக்கொண்டு ... வயிற்றைக் கார்ஸெட் போட்டு அழுத்தி...

ப்ரேமா கிளாஸுக்கு வெளியே நின்றாள். எதிரே இருந்த கடிகா ரத்தைப் பார்த்தாள். பன்னிரண்டே கால். இன்னும் பதினைந்து

நிமிஷம்தான் இருக்கிறது. ப்ரேமா தன் பர்ஸைப் பார்த்தாள். இரண்டு ரூபாய் இருந்தது. ஸ்கூல் வாசலிலேயே கடை இருக் கிறது. போய் அந்த நோட்டை வாங்கிக்கொண்டு வந்துவிடலாம். சைக்கிள்களில் டிபன் காரியர்கள் வந்துகொண்டிருந்தன. ப்ரேமா ஸ்கூல் வாசலைவிட்டு வெளியே வந்தாள். நல்ல வெயில். ஒரு பஸ் கடந்தபின் சாலைக்குக் குறுக்கே சென்றாள். வினு ஸ்டோர் ஸில்தான் எல்லாம் வாங்குவாள். பச்சை காகிதம், நீலக் காகிதம், தங்கக் காகிதம், நோட்டுகள், பிளாஸ்டிக் மோதிரங்கள், ஐவ்வு மிட்டாய், பபிள் கம், டைம்டேபிள் அட்டைகள்.

'வா, பாப்பா என்ன வேணும்?'

ஒரு நோட்டும் சூயிங்கமும் வாங்கிக்கொண்டாள். மறுபடி குறுக்கே கடக்கும்போது 'ஹலோ ப்ரேமா!' என்று குரல் கேட்டதும் திரும்பினாள். காலை பஸ் ஸ்டாண்டில் பார்த்த அங்கிள்.

'ஹாய் அங்கிள், எங்கள் வீட்டைக் கண்டுபிடித்தீர்களா?'

'கண்டுபிடித்தேன். தாங்க்ஸ்... உன் அப்பா சொன்னார். ஃபிலிம் ஷூட்டிங் பார்க்கவேண்டும் என்று பிளான் போட்டிருக்கிறீர்கள், அல்லவா?'

'ஆம் ஆம்!' ப்ரேமாவின் கண்கள் அகல விரிந்தன.

'அதற்குத்தான் நான் வந்தேன். இன்றைக்கு சாமுண்டீஸ்வரி ஸ்டூடியோ போகப்போகிறேன். ஹிந்திப்படம் ஒன்று ஷூட்டிங் நடக்கிறது, ரிஷி கபூர்.'

'என்ன? ரிஷி கபூர்!' என்று துள்ளினாள்.

'உன் அப்பாவும் அம்மாவும் அங்கே நேராக வந்துவிடுவார்கள். உன்னை அழைத்து வரச் சொன்னார்கள். வருகிறாயா?'

'வருகிறேன்... ஓ நோ! என் புத்தகங்கள் எல்லாம் க்ளாஸில் இருக்கிறது, இப்போது விடமாட்டார்களே!' அவள் முகத்தில் ஏமாற்றம் படர்ந்தது.

'அவசரமில்லை. இரண்டரை மணிக்குத்தான் ஷூட்டிங். உனக்கு எத்தனை மணிக்கு லஞ்ச்?'

'12:30-லிருந்து 1:30 வரை.'

'சரி, நான் 1:30-க்கு வருகிறேன். நீ லஞ்ச்சாப்பிட்டு ரெடியாக இரு. எல்லாப் பெண்களும் வகுப்புக்குப் போன பிற்பாடு நீ மட்டும் வெளியே வந்துவிடு.'

'கீத்து? கீத்துவை மட்டும் அழைத்துச் சொல்லலாம் அங்க்கிள்... அவளை விட்டுச் சென்றோம் என்று தெரிந்தால் என்னுடன் பேசவே மாட்டாள்.'

'ஸாரி ப்ரேமா! எனக்கு மூன்று பேருக்குத்தான் பாஸ் இருக்கிறது. இன்னொரு நாள்... இன்றைக்கு நீ மட்டும் வா! என்ன? பை!'

'பை அங்கிள். தாங்க்ஸ் அங்கிள்!'

'ஞாபகம் இருக்கட்டும். சரியாக ஒன்றரை மணிக்கு பெல் அடித்ததும்.'

'நிச்சயம் அங்கிள்.'

'நீ வருவதைப் பற்றி வேறு யாரிடமும் சொல்லிவிட வேண்டாம்...'

'நிச்சயம் அங்கிள்.'

அவள் உற்சாகமாக நடந்து பள்ளிக்குள் நுழைந்தாள்.

பஸ்ஸில் வந்து இறங்குகிறேன். இந்தப் பெண் ஆயிரத்தில் ஒருத்தி வெளியே வருகிறாள்... தலைவிதி என்கிறார்களே இதுதான்...

இவளை நான் எங்கே அழைத்துச் செல்லப்போகிறேன்? அந்த ஸ்டுடியோ எங்கே இருக்கிறது? இவளை நான் என்ன செய்யப் போகிறேன்? ஏன் இவ்வளவு கவனமாகத் திட்டமிடுகிறேன்? நான் செய்வது தப்பா? சே!

அவனுள் அந்த உத்வேகம் புறப்பட்டது. பஸ்ஸில் காலையில் ஆரம்பித்த அந்தப் பிடிவாதம் ஆபீஸில் உருப்பெற்று, இங்கே வந்து சாதகமாகத் திருப்பம் பெற்று... சாதகமாக? சாதகம் எது? பாதகம் எது? நான் ஒரு தூதேன்!

மெல்ல நடந்து கார்ப்பரேஷனின் நீச்சல்குளத்தை அணைத்துக் கொண்டு சென்ற ரோட்டில் நடந்தான். நீச்சல்குளத்தில் சுற்றிலும்

கற்சுவர்கள் உயர எழுப்பப்பட்டு, வேடிக்கை பார்க்க வகையில்லாமல் மறைந்தன. மிக உயரத்தில் இரவில் ஒளிதர ஹாலோஜன் விளக்குகள்.

சிறிது நேரம் குளத்தை அடுத்த சாங்கே ஏரியின் கரையில் நின்றான். கையாலாகாத படகு ஒன்று அருகே ஆடிக் கொண்டிருந்தது. 'மீன் பிடிக்கக்கூடாது' என்றது போர்டு. எதிரே ஏரியின் வரப்பை அடுத்த உயர்ந்த சாலையில் கார்களும் பஸ்களும் சென்றுகொண்டிருந்தன.

'ஏதுடி இந்தக் காசுமாலை உனக்கு? நான் பார்த்ததே இல்லையே?'

'ரொம்ப நாளா வெச்சுண்டிருக்கேனே?'

அப்பா மிதந்து மிதந்து வந்து அந்தக் கரையில் ஏறினார்... 'ஏன் திரும்பி வரே! அங்கேயே போ!' அப்பா இல்லை. அப்பாவுக்கு நீந்தத் தெரியாது. எனக்குத் தெரியும். அப்பா செத்துப் போய் எத்தனை நாளாச்சு...

'எஸ்.எஸ்.எல்.ஸி. வரை அரைச் சம்பளம். அப்புறம் அது என்னடா எஃப்.ஏ, பி.ஏ, எம்.ஏ எல்லாம் அரைச் சம்பளத்திலேதான் படிச்சான்! மெடல் எல்லாம் வாங்கிருக்கான். கெட்டிக்காரன். என் ஃபேமிலி பாருங்கோ?'

'உங்க ஃபேமிலியா!' சிரிப்பு வெடிக்கிறது. அரைச் சம்பளம்கூட யாரு ஓய் குடுத்தா?'

'என் ஓய்ஃப்தான் இருக்கிற நகை எல்லாம் வித்துக் கடன் வாங்கி ... கஷ்ட ஜீவனம்தான் ... கடைசிக் காலத்திலே அவன்தானே காப்பாத் தணும்?'

'காப்பாத்தறதுக்கு நிறையப் பேர் இருக்கா ஓய்.'

ஒன்றரை மணிக்கு ப்ரேமா சினிமா ஸ்டுடியோ அங்கிளைத் தேடிக்கொண்டு வெளியே வந்தாள். அவள் நெஞ்சு துள்ளியது.

'ஏக்மே ஏக் தூ ஹை தூ! டங்! டங்! டங்! டங்!' என்று இசைத்தது. ஸ்கூல் புத்தகங்களை அணைத்துக்கொண்டு, டிபன் பாக்ஸ், ஃப்ளாஸ்க் எல்லாவற்றையும் கவர்ந்துகொண்டு, அடிக்கடி தலைமயிரைத் தள்ளி விட்டுக்கொண்டு,

'ஹாய் அங்கிள். நான் ரெடி!' என்றாள் ப்ரேமா.

'ஒரு நிமிஷம்! ப்ரேமா' என்று அவளை மேலே நிறுத்திவிட்டு நீச்சல்குளத்தின் வாசலுக்குச் சென்றான். இரும்புக் கிராதி கேட் மூடிக் கம்பி முறுக்கியிருந்தது. கூப்பிட்டான். உள்ளே கொலாப்ஸிபிள் கேட் மூடியிருந்தது. ஒரு காவல்காரன் காக்கிச் சட்டையும் அழுக்கு பேண்ட்டுமாக வந்தான்.

'இப்ப திறக்காது. சாயங்காலம் வாங்க!' என்றான்.

'நான் நீந்த வரலை. எலக்ட்ரிஸிட்டி டிபார்ட்மெண்ட்டு. விளக்கை செக் பண்ணணும்...'

'போன வாரம்தான் வந்து செக் பண்ணாங்க...'

'செக் பண்ணி பல்பு போடறதுக்கு வந்திருக்கேன். பின்னாலே ஆள் வர்றது. கதவைத் திற.'

அவன் அலுத்துக்கொண்டே கதவைத் திறந்தான்.

'ரொம்ப நேரமாகுமா?'

'ஏன்?'

'அந்தக் கடை வரைக்கும் போய் ஒரு டீ சாப்பிட்டுவிட்டு வர்றேன்.'

'போய்ட்டு வாங்க...'

'வேறு யாரையும் உள்ளே விட்டுறாதீங்க?'

'இல்லை, போங்க!'

அவன் நிதானமாக உள்ளே நுழைந்தான். பிரம்மாண்டமான நீண்ட நீள சதுரப்பரப்பு. ஏறக்குறைய ஒலிம்பிக் அளவு நீச்சல் குளம். அவனுள் அந்த ஏக்கம் திடும் திடும் என்று இடித்தது. நரம்புகள் முறுக்கேறி ஒரு ஜ்வரம்போல் உணர்ந்தான். தன்னந் தனியாக ஒரு குளம். மூன்றடி, ஐந்தடி, ஆறடி... பத்தடி... பதினைந்தடி நீரின் மேற்பரப்பு சூரிய ஒளியில் சுந்தர நடன மாடியது... வெளியே வந்தான்.

ப்ரேமா மேட்டில் மெயின்ரோட்டில் நின்றுகொண்டிருந்தாள்.

'ப்ரே...மா' என்று கூப்பிட்டான். அவள் திரும்பிக் கையாட்டி னாள்.

'இங்கே வா' என்று அழைத்தான்.

'என்னையா?' என்று தன் மார்பைத் தொட்டுக் கேட்டாள்.

'ஆம்' என்று தலையசைத்தான்.

அவள் ஓட்டமும் நடையுமாக வந்தாள் 'வாட் இஸ் இட் அங்கிள்?'

'நீ நீச்சல்குளம் பார்த்திருக்கிறாயா?'

'பார்த்திருக்கிறேன். இது பார்த்ததில்லை.'

'உள்ளே வந்து பார்.'

புல்வெளியைக் கடந்து அவள் உள்ளே நுழைந்தாள். சூயிங்கம் மென்றுகொண்டே ஆச்சரியத்துடன் பார்த்தாள்.

'மை காட்! இட்ஸ் வெரி பிக்!'

'உனக்கு நீந்தத் தெரியுமா?'

'தெரியாது. உங்களுக்கு?'

'நன்றாகத் தெரியும்.'

உற்சாகமாக அந்தத் தண்ணீர் அவனை வரவேற்றது.

தன் சட்டையையும் பாண்டையும் கழற்றிச் சுருட்டி வைத்தான். தண்ணீரில் பாய்ந்தான். மெல்ல நிதானமாக நீந்தினான். திறமையாக நீந்தினான். ப்ரேமா கரையில் கூடவே நடந்தாள். எவ்வளவு நீத்தியிருக்கிறான்...

கிணற்றில், குளத்தில், ஆற்றில் புது வெள்ளத்தில் அந்த நீச்சலின்போதுதானே சண்டை வந்து அப்துல் சலாம் அந்தக் கேள்வி கேட்டான்.

'என்னடா ரேட்டு உங்கம்மாளுக்கு?'

துரத்தித் துரத்திப் பிடிக்க முடியாமல்...

'அங்கிள்! பிலிம் ஷூட்டிங்குக்கு நேரமாகலை?' என்றாள் ப்ரேமா.

அவள் கரையில் நின்றுகொண்டிருக்க, அவன் தண்ணீரில் கண்ணைத் துடைத்துக்கொண்டு, தலையைச் சிலிர்த்துக்கொண்டு நோக்க, கீழிருந்து மெலிதாக அலைந்து காற்றில் அவள் ஸ்கர்ட் உயர, அந்தப் பெண்ணின் கால்களின் ஸ்தம்பிக்கவைக்கும் வெளுப்பும் உள்ளுடைகளும் தெரிய...

'ப்ரேமா கிவ் மி எ ஹாண்ட்!'

'நீ படிச்சதெல்லாம் அப்படி சம்பாதிச்சதிலேதானடா! உங்கப்பன் ஆடின மூணு சீட்டுக்கும்... ப்ளாஸ்க்கு ப்ளாஸ்க்காக குடிச்சதுக்கும் எங்கேருந்துடா பணம் வந்தது?'

'கமான் ப்ரேமா, கிவ் மி எ ஹாண்ட்!' புத்தகங்களையும் டிபன் பாக்ஸையும் கீழே வைத்துவிட்டு ப்ரேமா குனிந்து அவன் கையை பிடிக்க, அப்படியே அவளை இழுத்து வாங்கிக் கொண்டான்.

அவள் முதலில் சிரித்தாள். 'வாட்ஸிட் அங்கிள்?' என்றாள். அவள் கால்கள் வானத்தில் தவித்தன. சுக் என்று தலையைச் சிலிர்த்து அவன் மார்பின் மேல் பாச்சை மாதிரி ஒட்டிக்கொள்ள முயற்சிக்க, அவள் தலையைப் பிடித்துத் தண்ணீருக்குள் அழுத்த, சர்வமும் நனைந்து உடைக்குள் உடம்பு தெரிய ... என்ன இளமை! ததும்பும் இளமை... அவள் மூச்சு திணறியது. கேலன் கேலனாகத் தண்ணீரை விழுங்கினாள். கை கால்கள் எல்லாம் இலக்கில்லாமல் அடித்துக்கொண்டன. அவள் நல்ல வலுவுள்ள பெண். அவளை விடாமல், அவள் தலையைத் தண்ணீருக்கு அடியிலேயே பிடித்திருப்பதில் அவனுக்கு மிகுந்த சிரமம் இருந்தது.

இப்படித் தண்ணீரில் அழுத்தி வெளிவராமல் தடுக்கப்படும் போது அஸ்ஃபிக்ஸியா ஏற்படுகிறது. மூச்சடைப்பு, சுவாசப் பைகளில் காற்றுக்குப் பதில் தண்ணீர் நிரம்பி விடுகிறது. பிராணவாயுத் தடையினால் உடம்பின் உன்னதங்கள் விஷமடைந்து, இரண்டிலிருந்து ஐந்து நிமிஷங்களுக்குள் மரணம் சம்பவிக்கிறது.

ப்ரேமா ஆரோக்கியமான பெண். அவள் உயிர் பிடிவாதமாகப் பிரிய மறுத்துத் திணறித் திக்குமுக்காடி, நான்கரை நிமிஷங்கள் தங்கியது. அப்புறம் அலைச்சல் நின்றுபோய்விட்டது.

அவன் மெதுவாகக் கம்பிப் படியேறிக் கரையேறினான். தன் பனியனைக் கழற்றிப் பிழிந்தான். ப்ரேமாவைப் பார்த்தான். கனவுலகில் போல் ஸ்லோமோஷனில் அவள் உடல் புரண்டு துவண்டு மெதுவாகக் கீழே சென்றுகொண்டிருந்தது. தலைமயிர் அலை பாய்ந்தது. உடை மயில்தோகை போல் பரவியது. அந்தக் கண்கள் திறந்திருந்தன. பார்க்கவில்லை. தன் பனியனால் தலை துவட்டிக்கொண்டான். சட்டையை எடுத்து மாட்டிக்கொண் டான். பாண்டை உதறி அதனுள் கால்களை விட்டுக்கொண்டு, ஜிப்பை இழுத்துவிட்டுக்கொண்டு, தலையை விரல்களால் கோதிவிட்டுக்கொண்டு கிளம்பினான்.

நீச்சல்குளத்தின் கரையில் புத்தகங்கள், ஜாமெட்ரி பாக்ஸ், டிபன் பாக்ஸ்... ஃப்ளாஸ்க் ஒன்று, புதிதாக வாங்கிய நோட்டுப் புத்தகம் எல்லாம் ப்ரேமாவுக்காகக் காத்திருந்தன.

வெளியே சரிவில் ஏறும்போது வாட்ச்மேன் எதிர்ப்பட்டான்.

'என்ன அண்ணே! வேலை எல்லாம் முடிஞ்சுதா?'

'முடிஞ்சுது.'

'பூட்டிடலாமா?'

'பூட்டிடலாம்.'

'குளிச்சீங்களா, என்ன?'

'ஆமாம்.'

ஐந்து நிமிஷங்களுக்குள் நீரில் மூழ்கின உடலை இழுத்துப் போட்டு, உடனே உடைகளைக் களைந்து, நெஞ்சுத் தண்ணீரை நீக்கிவிட்டு, உடம்பைத் தேய்த்துச் சூடு பண்ணி, செயற்கைச் சுவாசம் கொடுத்தால் அவள் பிழைக்கலாம்.

காவல்காரன் அந்தக் கொலாப்ஸிபிள் கேட்டை மூடிச் சாவிக் கொத்தை எடுத்து நிதானமாகப் பூட்டினான்.

பாஷ்யம் சர்க்கிளிலிருந்து ஒரு பர்லாங் நடந்ததும்தான் அவனுக்கு ஆட்டோ கிடைத்தது. ஆட்டோவில் உட்கார்ந்து அது ஆடி ஆடிச் செல்லப் ப்ரேமாவை மறந்துவிட்டான்.

சரஸ்வதி பாய்! என்ன பெயர் அது!

2

டைவ் அடிப்பதில் கர்நாடக மாநிலத்தில் இரண்டாமவனான பிரபாகரன் உச்சிக்குச் சென்று டைவிங் போர்டில் நின்றான். தன் இரண்டு கைகளையும் ஒன்றுசேர்த்துக் கூர்மைப்படுத்திக் கொண்டு ஒரு துள்ளுத் துள்ளி அம்பு போல் நீரில் பாய்ந்தான்.

ஒரு திவலைகூடத் தெறிக்காமல் மிக அருமையாக உள்ளே சென்றான்...ஆரம்ப வேகத்தில் ஏறக்குறைய தண்ணீரின் அடி மட்டத்துக்கே சென்றுவிட்ட அவன் கைகளில் ஏதோ பட்டது.

கண்ணைத் திறந்தான்.

ஒரு பள்ளிக்கூடத்துப் பெண் வாய் திறந்து அவனை வெற்றுப் பார்வை பார்த்துக் கொண்டிருந்தாள்.

பிரபாகரன் தண்ணீருக்குள் அலறினான்.

'இந்தப் பெண்ணை நான் பார்க்கவே இல்லை. எப்போ உள்ளே வந்தது? அதுவும் நான் பெண்களை அனுமதிக்கறதே இல்லையே! பெண்களுக்கு என்று தனி நேரமாச்சே!'

'யூ ஸீ இன்ஸ்பெக்டர்?'

'எப்படிய்யா உள்ளே வந்தது? நீ வாசல்லேதானே நின்று கொண்டிருந்தாய்?'

'ஆமாம் சார்.'

'இதை விட்டு விலகவே இல்லை?'

'இல்லை சார்.'

'சரியாக ஞாபகப்படுத்திச் சொல்லு.'

'சத்தியமாக ஸ்விம்மிங் பூல் திறந்ததிலிருந்து நான் அங்கேயே நின்றுகொண்டிருந்தேன். இந்தப் பெண் உள்ளே போயிருக்க முடியாது. சத்தியம்.'

'அதற்கு முன்னால்?'

'அதற்கு முன்னால்தான் பூட்டியே இருந்ததே... பூட்டி சாவி என்னிடம்தான் இருக்கிறதே...'

'இந்த வழியில்லாமல் வேறு வழி இருக்கிறதா?'

'இல்லை. இது ஒரு வழிதான். மற்றதெல்லாம் அடைத்திருக் கிறது. அல்லது சுவர். இந்தப் பெண் எப்படி... நான் திறக்கவே இல்லையே! எலக்ட்ரீஷியன் வந்தபோது மத்யானம் ஒரே ஒரு தடவை திறந்து விட்டேன். அவன் வந்து ரிப்பேர் செய்துவிட்டுச் சென்றான்.'

'எலக்ட்ரீஷியன்? என்ன உளறுகிறாய்? எலக்ட்ரீஷியன் முந்தா நாள் வந்துவிட்டுப் போய்விட்டான்.'

'அதைத்தான் நானும் சொன்னேன். அவன் அதன் பலனாக பல்ப் மாற்ற வந்திருப்பதாகச் சொன்னான்.'

'இன்ஸ்பெக்டர் சார்! இதில் ஏதோ வினோதமாக இருக்கிறது.'

'இதோ பார் சாமண்ணா! எலக்ட்ரீஷியன் வந்தான் என்கிறாயே! அவனுடன் இந்தப் பெண்ணும் வந்ததா?'

'இல்லை, நிச்சயம் இல்லை.'

'பல்ப் போட வந்தான் என்கிறாயே! கையில் பல்பைப் பார்த்தாயா? அங்கே இருப்பது எல்லாம் எப்படிப்பட்ட பல்ப் தெரியுமா? உனக்கு ஹாலோஜன் லாம்ப் என்றால் தெரியுமா? குருட்டு முண்டமே!'

'ஜஸ்ட் எ மினிட் மிஸ்டர். அனாவசியமாக அந்தக் கிழவன் மேல் கோபப்படாதீர்கள்!'

'பின் என்ன இன்ஸ்பெக்டர் சார்! யாரோ எலக்ட்ரீஷியன் என்று சொல்லிக்கொண்டு வந்திருக்கிறான். கதவைத் திறந்து விட்டிருக்கிறான். என்ன வாட்ச்மேன் நீ?'

'பொறுங்கள் சாமண்ணா! நிச்சயமாகத் தெரியுமா அந்த எலக்ட்ரீ ஷியனுடன் இந்தப் பெண் வரவில்லை என்று?'

'நிச்சயம் தெரியும்?'

'அவன் ரிப்பேர் செய்யும்போது நீ அவன் கூட இருந்தாயா?'

சாமண்ணா தயங்கினான். .

'கூட இருந்தியா? சொல்லேன் கிழமே.'

'ஷட் அப் மேன். நான் கேள்வி கேட்டுக்கொண்டிருக்கிற போது குறுக்கே நீ ஏன் கதறுகிறாய்? சாமண்ணா! போலீஸ்காரர்களிடம் பொய் சொல்லக்கூடாது. நடந்தது என்ன? சொல்லிவிடு...'

'எலக்ட்ரீஷியனை உள்ளே அனுப்பிவிட்டு நான் சர்க்கிள் கிட்டே சென்று ஒரு டீ சாப்பிட்டுவிட்டு வந்தேன்.'

'எத்தனை நேரம் போயிருந்தாய்?'

'வந்து... பத்து நிமிஷம்.'

'ஏன் இருபது நிமிஷம்கூட இருக்குமா?'

யோசித்து, 'இருக்கலாம்.'

'தேர் யூ ஆர். மிஸ்டர் சந்திரசேகர்.'

'அப்போதுதான் இந்த விபத்து நிகழ்ந்திருக்கிறது.'

'விபத்து இல்லை இது. அவள் புத்தகங்கள் அத்தனையும் கரையில் இருக்கின்றன. கால் பூட்ஸைக்கூடக் கழற்றாமல் அப்படியே யூனிஃபார்ம் சகிதம் விழுந்திருக்கிறாள். அல்லது தள்ளப்பட்டிருக்கிறாள். சாமண்ணா அந்த எலக்ட்ரீஷியன் எப்படி இருந்தான்?'

சாமண்ணா யோசித்து யோசித்துச் சொன்னான்.

'கண்ணாடி போட்டிருந்தான். கண் ஒரு மாதிரி தெரிஞ்சுது. நீலச்சட்டை போட்டிருந்தான். கூலிங் கிளாஸ் இல்லை. நிஜக் கண்ணாடி. அதை சுற்றி ஒன்றுமே இல்லை. ஒட்ட வைத்தாற் போலக் கண்ணாடி. கன்னடத்தில் பேசவில்லை. தமிழில்தான் பேசினான்.

திரும்பி வந்தபோது அவன் தலை நனைந்திருந்தது. 'குளித்தாயா?' என்று கேட்டதற்கு 'ஆமாம்' என்றான்.

நோட்டுப் புத்தகக் கடை நாயர், 'இந்தப் பெண் அடிக்கடி நம்ம கடையில் சூயிங்கம் வாங்கும். நோட்டுகள் வாங்கும். இன்னைக்கு நோட்டு வாங்கி ரோடு கிராஸ் பண்ணறப்போ ஒரு நீலச்சட்டை ஆள் அவளை அணுகிப் பேசி...' என்றான்.

'உன் பெயர்?'

'கீதா ஷா?' - விசும்பல்.

'கீதா, பயப்படாதே... அழாதே... அழாமல் கொஞ்சம் இன்ஸ்
பெக்டர் அங்கிளுக்குப் பதில் சொல்கிறாயா?'

விசும்பல், விசும்பல், 'எஸ் அங்கிள்.'

'காலையில் உங்களைப் பஸ் ஸ்டாண்டில் பார்த்தவன் எப்படி
இருந்தான்?'

நிறையத் தலைமயிர் வைத்திருந்தான். ரிம்லெஸ் கண்ணாடி
அணிந்திருந்தான். ஸைட் பர்ன்ஸ் வைத்திருந்தான். அவன்
பற்கள் சரியாக இல்லை. நீல நிறத்தில் அரைக்கைச் சட்டை
போட்டிருந்தான்... ப்ரேமாவின் வீட்டு விலாசத்தைக் காட்டி
அங்கே போவதற்கு ப்ரேமாவையே வழி கேட்டான்.'

'குட் கேர்ள். உங்கள் பஸ்ஸில் ஏறிக்கொண்டானா?'

'நான் பார்க்கவில்லை...'

'ஏப்ரல் மாதத்தில் 62 கொலைகளும் 15 கொள்ளைகளும் 28
திருட்டுகளும் 666 வீட்டுக் கொள்ளைகளும் 1309 சாதாரணத்
திருட்டுகளும் 15 போலி நோட்டு-போலிக் காசு அடித்தலும்
தெரிவிக்கப்பட்டன' என்றார் இன்ஸ்பெக்டர் ஜெனரல்.

நிருபர்களுக்குப் பதில் அளிக்கையில், சென்ற வாரம் கப்பன்
பார்க்கில் நிகழ்ந்த பெண்ணின் கொலை இன்னும் கண்டு
பிடிக்கப்படவில்லை என்றும் போலீஸுக்கு மிக மெல்லிய
தடயங்களே அகப்பட்டுள்ளன என்றும் இரண்டு தினங்களுக்கு
முன் கார்ப்பரேஷன் நீச்சல் குளத்தில் விழுந்து இறந்த பள்ளிச்
சிறுமியின் மரணம் ஒரு விபத்து என்று சொல்வதற்கில்லை
என்றும் சொன்னார். ஆனால் அதற்கும் முந்தின கொலைக்கும்
சம்பந்தம் இருப்பதாக இன்னும் எதுவும் தெளிவாக நிரூபிக்கப்
படவில்லை என்றும் இரண்டு சம்பவங்களும் தனித்தனி
யானவையே என்றுதான் தற்போது நம்புவதாகவும்
சொன்னார்.

'ஏனய்யா தேவய்யா! அசெம்பிளியில் அவர்கள் நம்மைப் பிய்த்து
வாங்குவதற்குள் ஏதாவது நடந்தே ஆகவேண்டும். ஐ.ஜி. எப்படி
ஜகா வாங்கியிருக்கிறார் பார், சாமர்த்தியமாக... அது என்னப்பா

இரண்டு கேஸுக்கும் சம்பந்தம்? எனக்கென்னவோ அது drowning case என்றுதான் தோன்றுகிறது...'

'இல்லை சார். அருணாவின் கேஸில் அன்றைய தினம் அவள் வீட்டுக்கு எதிரில் கடை வைத்திருப்பவன், ஓர் ஆசாமி அருணா வீட்டு விலாசத்தை விசாரித்துக்கொண்டு வந்ததாகச் சொன்னான். 'இதுதான் அந்த வீடு' என்று அவன் எதிர்வீட்டைக் காட்டி னதும் அவன் நேராக அங்கே செல்லாமல் சற்றுத் தள்ளிப்போய் நின்றிருந்தானாம். அப்புறம் அருணா வெளியே வந்து சென்ற போது மறுபடி கடைக்காரனிடம் வந்து, 'இதுதான் அருணாவா?' என்று கேட்டானாம். அப்புறம் அவன் என்ன செய்தான் என்று சரியாக வருணிக்கவும் முடியவில்லை. சின்னப் பையன் என்றான். கண்ணாடி போட்டுக்கொண்டிருந்தானா என்பதைப் பற்றிச் சந்தேகமாகச் சொல்கிறான்.'

'ரிம்லெஸ் கிளாஸ் அணிந்திருந்தால் சில வேளை ஞாபகப் படுத்திக்கொள்வதில் சந்தேகம் இருக்கும்.'

கமிஷனர் தன் கண்ணாடியைத் துடைத்துக்கொண்டு, 'ஐ.ஜி. என்னிடம் சொல்லிவிட்டார். கோர் ஆம்ப் டிடெக்டிவ்ஸிலிருந்து ஒரு எஸ்.பி. வரப்போகிறார்.'

'ஓயித்து மறுபடி முதலிலிருந்து ஆரம்பிக்கவேண்டுமா?'

'எதற்காக? அப்படியெல்லாம் நடக்காது... நான் பார்த்துக் கொள்கிறேன். நீயே எவ்வளவு கண்டுபிடித்துவிட்டாய்.'

தேவய்யாவுக்கு உள்ளூரச் சிரிப்பும் அழுகையும் வந்தது. கமிஷனர் தன்னிடம் பரிவு காட்டுகிறார். அவ்வளவுதான். அருணாவின் கேஸில் முன்னேறவே முடியவில்லை. நிச்சயம் உணர்ந்தார். ஒரு சுவரில் வந்து முட்டிக்கொண்டாகிவிட்டது. நிச்சயம்.

தேவய்யா அந்த ப்ரேமாவின் கேஸை விசாரித்துக் கொண்டிருக் கும் சப்-இன்ஸ்பெக்டர் இப்ரஹீமைக் கூப்பிட்டு விசாரித்தார். அவருக்கென்னவோ ஒரு இளைஞன் விலாசம் காட்டி விசாரித்த செய்தி இரண்டு கேஸ்களிலும் பொதுவாக இருப்பதாகப் பட்டது. இதை ஐ.ஜி. விசாரித்தபோது அவரிடம் சொல்லி விட்டார்.

தேவய்யாவுக்குத் தன்னிரக்கம் பீறிட்டது. என்னால் முடிய வில்லை. நான் இதற்கு லாயக்கில்லை. கூட்டத்தில் மீசையை முறுக்கிக்கொண்டு குச்சியைச் சுழற்றுவதில் நான் விற்பன்னன்... இது மூளைக்கு வேலை. சீ.ஒ.டிக்காரர்கள்தான் வரவேண்டும். நிச்சயம் இரண்டு கேஸிலும் பொதுவான அம்சம் ஒன்றிரண்டு இருக்கிறது. இளைஞன், ரிம்லெஸ் கண்ணாடி போட்டவன். சூழ்நிலையைப் பற்றி கவலையே படாமல் பொது இடங்களில் செய்த கொலைகள் - பார்க், ஸ்விம்மிங் பூல்.'

மூன்று : சரஸ்வதி பாய்

1

'பாய் என்ன பாய்?'

'எங்கம்மா எனக்கு சரஸ்வதின்னு பேர் வெச்சாங்க. நான்தான் முப்பது வயசானப்புறம் பாய் சேர்த்துக் கினேன். டிராமாவுக்கு நல்லாருக்கு.'

'இப்ப என்ன வயசு உனக்கு?'

'இருபத்தி நாலு!'

'பின்பக்கம் வளந்துகிட்டிருக்கியா? அப்புறம் சொல்ல மறந்துவிட்டேனே? அல்சூர் லேக்கில நான் பாட்டுக்கு வந்துகிட்டே இருக்கேன். கமல ஹாசனை பஸ்ஸிலே வெச்சு ஷூட்டிங் பண்றாங்க. எனக்கு எப்படி இருக்கும்? அப்படியே ஓடினேன். தேவடியாப் பசங்க, கிட்ட விடமாட்டேன்னிட் டாங்க. தூரத்திலேந்தே பார்த்துக்கினேன்... சின்னப் பையன்க்கா?'

'நான் எத்தினியோ தடவை பார்த்திருக்கேண்டா?'

'அப்ப நீ நாளைக்கு வரியா, வல்லியா? சொல்லு?'

'நாளைக்கு விட்டுடு. கோயிலுக்குப் போவணும். சின்னதுக்கு உடம்பு சரியில்லை. வெள்ளைக் கட்டி போடணும். ஆமா, யாரு டைரக்டரு?'

'அதான் துரை.'

'பேடாப்பா நான் வரலை. அந்த மனுஷன் முண்டை கிண்டைன்னெல்லாம் திட்டுவான்.'

'இப்பத் திருந்திட்டாரு.'

'அந்த மனுஷன் திருந்தவே மாட்டான். நல்ல தண்ணிக் கேஸ் வேறே! அவனை மட்டும் விட்டுட்டு நீ வேற எங்கனாச்சியும் கூப்பிடு. நான் வரேன். ஒருதாட்டி கே.ஜி.எப்-புக்கு உடனே வான்னியே, வந்தேனா இல்லையா?'

'என்ன ராணி நீ!'

சரஸ்வதி பாய்க்கு முப்பத்து ஐந்து வயதிருக்கும் என்பதை அவள் கண்களின் கீழ் வட்டமும் கழுத்தில் தாவாய்க்கட்டையின் அடியில் தொங்கிய சதையும் காட்டியது. இடுப்பு பெரிசாகி இப்போதெல்லாம் அவள் நாடகங்களில் பெல் பாட்டம்ஸ், நிஜார் எல்லாம் அணிவதில்லை. 'நான் மாட்டேம்பா இந்த வயிறை வெச்சிக்கிட்டு!' சரஸ்வதிபாய்க்கு ஒரு வட்டாரம் இருந்தது. தமிழ் நாடகம். பெங்களூரில் இன்னும் பலர், வீரசிம்மன்... விதியா சதியா போன்ற நாடகங்கள் எழுதி டவுன் ஹாலில் மாதம் இரண்டு தடவையாவது அரங்கேற்றுகிறார்கள். இந்த நாடகங்களை எழுதுபவர்கள், இதில் நடிப்பவர்கள் எல்லாம் ஃபாக்டரி தொழிலாளர்கள், தையற்கடை வைத்திருப் பவர்கள், ரைஸ் மில் வைத்திருப்பவர்கள், ஷிப்ட் விட்டு வந்ததும் கனவு காண்பவர்கள்.

'நாடு! யார் நாடு இது! என்னையும் என் இளவல்களையும் சிறையிட்டு மன்னனாகிவிட்ட மமதையோ உனக்கு! வீரசிம்மா! உன்னை என் வீரவாள்...' etc...etc

இந்த நாடகங்களில் எல்லாம் கதாநாயகி சரஸ்வதி பாய். அவள் விசிட்டிங் கார்டு அடித்து வைத்திருக்கிறாள் 'கலா ராணி சரஸ்வதிபாய் சினி ஆக்ட்ரெஸ்' என்று.

'பைரவா' என்கிற கன்னடப் படத்தில் ஒரு கிராமப் பெண்ணாக ஒரு நிமிஷம் கிணறு இழுத்திருக்கிறாள். சினி ஆக்ட்ரெஸ்.

சரஸ்வதி பாய்க்கு இரண்டு பெண்கள். இரண்டும் சின்னச் சின்னதாக இரட்டைப் பின்னல் வைத்துக்கொண்டு பால்ட்வின் பெண்கள் கான்வெண்டில் படிக்கின்றன. சரஸ்வதி பாய் பாய்ந்து பாய்ந்து சம்பாதித்து, அந்த விலை உயர்ந்த கான்வெண்டில், தான்

படிக்காத பாடங்கள் தன் பெண்கள் படித்து அவை பேசும் புரியாத இங்கிலீஷில் மயங்குகிறாள். பஸ் பிடித்து எங்கெங்கோ ஒத்திகைக்குச் சென்று, 'சேகர் உங்களைக் கால்லே விழுந்து கெஞ்சறேன். என்னை ஏத்துக்குங்க. என்னை விட்டுவிடாதீங்க சேகர்' என்று எவன் எவனோ பரதைப் பயல்களின் சாக்ஸ் நாறும் கால்களை எல்லாம் பிடித்துக் கெஞ்சிவிட்டு, மசால் தோசையும் மண் போன்ற காபியையும் குடித்துவிட்டு வீட்டுக்கு இரவு பத்து மணிக்கு வந்து...

'தூங்கிடுச்சா?'

'தூங்கிடுச்சு அக்கா.'

'என்னைக் கேட்டுச்சா?'

'ஆமாக்கா, அம்மா எப்ப வருவாங்கன்னு தாரிணிதான் கேட்டுச்சி.'

'அம்மான்னுச்சா? மம்மின்னுச்சா? பொய் சொல்றே நாயே, இட்லிக்கு அரைச்சு வச்சியா?'

சரஸ்வதி பாய்க்குப் புருஷன் என்று ஒருவன் இருந்திருக்க வேண்டும். இல்லை என்றால் எப்படி இந்த இரண்டும் பிறந் திருக்கும்? இப்போது சரஸ்வதி பாயுடன் இருப்பவன் அவள் புருஷனா, வேலைக்காரனா என்று சொல்ல முடியாது. சிலநாள் வராந்தாவில் படுத்துக்கொள்வான். சில நாள் காணாமல் போய்விடுவான். சில நாள் அவனை கன்ட்ரி லிக்கர் ஷாப்பில் பார்க்கலாம். பத்து மணிக்கு நட்ட நடுரோட்டில் முகரத்திலேயே பெரும்பாலும் பேசிக்கொண்டு கதவைத் தட்டுவான்.

சிலநாள் சலூனுக்குப் போய் ஒட்ட வெட்டிக்கொண்டு வினோலியா ஸ்னோ தடவிக்கொண்டு சரஸ்வதி பாயுடன் தெருவில் நடந்து செல்வான்.

கணவன் இல்லை, காதலன் இல்லை, காவல்காரன் இல்லை, இது எல்லாவற்றிலும் கொஞ்சம் கொஞ்சம் சேர்ந்த ஒரு ஒட்டுயிர் உண்ணி.

'எங்கே கோபால்சாமி?'

'கடைக்குப் போயிருக்குது, மீனு வாங்க.'

'அப்ப நாளைக்கு வரமாட்டீங்க!'

'எத்தனை தடவை சொல்றது! நீ இருநூறு ரூபாய் குடுத்தாலும் நாளைக்கு என்னாலே வரமுடியாது. எனக்கு ஷூட்டிங் இருக்குது.'

'அடி சக்கை, கன்னடப் படமா?'

'இல்லை. தமிழ்ரு, மனோரமா, குமாரி பத்மினி... அப்புறம் இவரு ஏவி.எம். ராஜன்னு... எல்லாரும் இருக்காங்க. நாளைக்கு அவுட்டோரு. நந்தி ஹில்ஸ் போறாங்க.'

'அதிலே நீ என்ன பார்ட்டு?'

'தெரியலை. வரச்சொல்லியிருக்காங்க.'

'அப்ப நாளைக்கு வேண்டாம். வியாளக்கிளமை வறேன்.'

'வா...'

'மம்மி' என்று தாரிணி அவளிடம் வந்தாள்.

'என்ன கண்ணு!'

தாரிணி அவள் அம்மாவைக் கொஞ்சம் இளமைப்படுத்திக் கடைந்து சின்னதாக்கினாற்போல் இருந்தாள். கறுப்பு.

'இதிலே என்ன போட்டிருக்கு? படிச்சுக் காமிங்க மம்மி.'

தமிழில் உயிர்த் துடிப்புள்ள நாளிதழ்களில் ஒன்று அது. அதில் வரும் 'கடத்தல் ராணி' என்கிற படக்கதை.

'மறுநாள் மற்றொரு கடத்தல் புள்ளியான ஜேக்கப்பைத் தேடி கல்பனா வந்தாள்.'

'காதல் கிளியே! ஏது இன்று இந்தப் பக்கம்?'

'ஜேக்கப், சரசமாட இது நேரமல்ல. நாம் மோசம் போய்விட்டோம்.'

'என்ன?'

'புரியலை மம்மி.'

'இது அறுபத்தொன்பதாவது. பாக்கி அறுபத்தெட்டும் படிச்சிருந் தாத்தான் புரியும்... நீ போய் கோக்கோ சாப்பிடு.'

அவள் சிணுங்கிக்கொண்டே சென்றாள். சரஸ்வதி பாய் மெது வாக அந்தப் பத்திரிகையை மேய்ந்தாள்.

இளம் பெண் சாவு!

நீச்சல்குளத்தில் விழுந்தாள்!

பெங்களூர், மே 14.

பெங்களூர் ராஜ்மகல் எக்ஸ்டென்சனில் வசிக்கும் ப்ரேமா என்கிற இளம் பெண் (வயது 14) பாசியம் வட்டத்தில் தன் பள்ளிக்கு அருகே உள்ள கார்ப்பரேஷன் நீச்சல்குளத்தில் பிணமாகக் கிடந்தாள். இது பற்றித் தகவல் அறிந்த போலீஸ் இன்ஸ்பெக்டர் இப்ரகீம், சப் இன்ஸ்பெக்டர் பைரப்பா சம்பவம் நடந்த இடம் சென்று பிணத்தைக் கைப்பற்றி விசாரணை நடத்தினார்கள்.

விசாரணையில்...

நிமிர்ந்தாள்.

'யாரு வேணும் உங்களுக்கு?'

எதிரே நின்றவனுக்குச் சுமார் இருபத்து மூன்று வயது இருக்கும். இளைஞன். அடர்ந்த தலைமயிர். வரம்பு இல்லாத கண்ணாடி. தன் கையிலிருந்த காகிதத்தில் எழுதியிருந்த விலாசத்தைக் காட்டி...

'47ஏ அல்சூர் டாங்க் ரோடு இதுதானே?'

'ஆமாம்.'

'சரஸ்வதி பாய்ங்கறது?'

'நான்தான். நீங்க யாரு?'

அவன் சிரித்தான். பற்களில் ஒன்று வரிசை தப்பி இருந்தது.

'உங்களைத்தான் பார்க்க வந்தேன்.'

'சக்திவேலு அனுப்பிச்சாரா? டிராமா விஷயமா?'

'சக்திவேலு? சக்திவேலு? ஆமா சக்திவேலு.'

'என்னிக்கு டிராமா?'

'ஆ... நாளைக்கு...'

'நாளைக்கா! டிராமாவா, ரிஹர்சலா?'

'ரிஹர்ஸல் ரிஹர்ஸல்...'

'நாளைக்கு என்னாலே வரமுடியாதுன்னு சொல்லிடுங்க! நாளைக்கு எனக்கு ஷூட்டிங் இருக்குதுங்க...'

'ஷூட்டிங்கா?'

'ஆமா! நந்திஹில்ஸ் போறோம். அவுட்டோர். காலையிலே போனா சாயங்காலம்தான் வருவோம்!'

அவன் முகத்தில் ஏமாற்றம் தெரிந்தது. அவன் சரஸ்வதி பாயையே பார்த்துக்கொண்டிருந்தான். இவளுக்கு அகலமாப் பொட்டு வைத்துப் பட்டுப் புடைவையும் கட்டிவிட்டால் அம்மா போலத்தான் இருப்பாள். சற்று நிறம் கம்மி...

'மீனு கிடைக்கலை சரஸ்வதி. நல்லால்லே!'

'உனக்கு ஏதாவது ஒளுங்கா வாங்கிட்டு வரத் தெரியுமா?'

'நாத்த மீனை வாங்கியாரவா? அய்யா யாரு?'

'அய்யா டிராமாவுக்காகக் கூப்பிட வந்திருக்காரு. சட்னு போய் ஒரு டீ வாங்கிட்டு வந்துடு...'

உயரம். வாட்ட முகம். சப்பை மூக்கு, எல்லாம் அம்மாதான்!

'உக்காருங்க. தாரிணி! ராகினி!'

இரண்டு பேரும் கையில் காமிக்ஸ் சகிதம் வந்தார்கள்.

'ரெண்டும் என் பொண்ணுங்க!'

'குட் ஈவினிங் அங்கிள்!'

'வாட்ஸிட் அங்கிள்!'

'நீ நீச்சல்குளம் பார்த்திருக்கிறாயா?'

'பார்த்திருக்கேன், இது பார்த்ததில்லே...'

'கமான் ப்ரேமா, கிவ் மி ஏ ஹாண்ட்!'

'குட் ஈவினிங்! அப்ப நான் இன்னொரு சமயம் வர்றேனே! நாளைக்கு நந்திஹில்ஸ் போறீங்களா?'

'ஆமா இருங்க, டீ கொண்டு வரப் போயிருக்காரு.'

அந்தப் பெண்கள் காலால் காலைச் சொறிந்துகொண்டு ஒருவரை ஒருவர் பார்த்துக்கொண்டு நின்றனர்.

'கான்வெண்ட்டுலே படிக்கிறதுங்க! என்னடி வெக்கம்? அங்கிள் கூட இங்கிலீஷ்லே பேசடி!'

அவர்கள் மறுபடி பார்த்துக்கொண்டு சிரித்துக்கொண்டார்கள்.

'என்னைப் பார்த்துச் சிரிக்கிறார்கள்.' ஒரு நிமிஷம் அவர்கள் மேல் பெரிய கோபம் வந்தது!

சுற்றிலும் பார்த்தான். தமிழ்ப் பத்திரிகைகள், எம்ப்ராய்டரி போட்ட கிளி.

'தாரிணிதான் போட்டிருக்கு. நல்லாப் படம் வரையும். சின்னதுக்கு பாட்டிலே ஆசை...'

'நான் போகட்டுமா?' என்று கண்களால் கெஞ்சினர் பெண்கள்.

'போ!' என்று அதட்டினாள்.

காணாமல் போயினர்.

'நீங்க வேலைல இருக்கிங்களா?'

'ஆமா.'

'என்ன வேலை?'

'ஒரு கம்பெனியிலே.'

'கவர்மெண்டுங்களா?'

'இல்லை, ப்ரைவேட்டு.'

'ப்ரைவேட்டிலேதான் நல்ல சம்பளம் தர்றாங்க. நான்கூட இந்தப் பொண்ணுகளை டாக்டருக்கோ இன்ஜினியருக்கோ படிக்க வைக்கப் போறேங்க. எனக்குத்தான் ஒண்ணுமில்லாம ஆக்கிட் டாங்க எங்க அப்பா அம்மா! இதுங்களயாவது நல்லா

கவனிச்சுக்கலாம்னு பார்க்கிறேன்... எத்தனை டிராமாவிலே நடிச்சுட்டேன்! ஐந்நூறு இருக்கும்னு தோணுது. பதினெட்டு வயசிலேருந்து நடிக்கிறேங்க! இப்ப இப்பத்தான் சினிமாவிலே கொஞ்சம் சான்ஸ் வற்றது... தட்டு தூக்கற பொண்ணு... ஆஸ்பத்திரி யிலே நர்ஸ் இப்படி...சக்திவேலை எப்படித் தெரியும் உங்களுக்கு?'

'சக்தி?'

டீ வந்தது.

'ப்ளாஸ்க்கு நல்லால்லை. டீ ஆறிப்போச்சு சரஸ்.'

அவன் பருகிக்கொண்டே நேர்பார்வை பார்த்துக்கொண்டு...

ஆரம்பமே தப்பு! எந்த ஆரம்பம்?... என்னுடைய...

ஆரம்பம் அம்மாவின் ஆரம்பமா? அப்பாவின் இந்த உலகமா?

மேஜையில் கிடந்த வர்ணப் பத்திரிகையின் பின்பக்கத்தில்...

எல்பார் ஸ்டவ் புதிர்.

களிப்படையுங்கள். நட்சத்திரங்களின் பெயர்களைக் கண்டுபிடி யுங்கள். குறுக்கெழுத்துப் போட்டி!

கண்டுபிடியுங்கள் கண்டுபிடியுங்கள் - அப்ஸரா!

2

ஷியாம் சுந்தரின் கையைக் குலுக்கினார் தேவய்யா.

'சொல்லுங்க! நீங்க இதுவரைக்கும் கண்டுபிடித்ததே கணிச மானது. அதுக்காக நான் உங்களை கங்கிராஜ்லேட் பண்றேன்?'

'ஆள் யாருன்னு கண்டுபிடிக்கலையே சார்...'

'அவ்வளவு சுலபத்திலே கண்டுபிடிக்க முடியாது தேவய்யா... மோட்டிவ் இல்லை பாருங்க...'

'இதைக் கமிஷனர்கிட்ட சொல்லுங்க. என்னவோ ரொம்ப ரொம்பக் கோபத்திலே இருக்காரு... டிடெக்டிவ் உதவி இல்லாமக் கண்டுபிடிக்க முடியலை என்று...'

67

'நீங்க என்னவோ எங்க டிபார்மெண்டைத் தனியாப் பிரிக்க நினைக்கிறீங்க. அதுதான் தப்பு...'

'நான் அப்படி நினைக்கலை... எங்க எஸ்.பி.யும். ஏ.ஸி.யும்...'

'விடுங்க அதை. நம்மைப் பொருத்தவரையிலுமே வி ஆர் இன் தி ஸேம் கேம். நான் உங்களுக்கு உதவி பண்றேன் அல்லது நீங்க எனக்கு உதவி பண்றீங்க. எப்படி வேணும்ன்னா வெச்சுக்குங்க...'

ஷியாம் சுந்தரைத் தேவய்யாவுக்குப் பிடித்துப் போய் விட்டது. சின்னவனாக வத்தலாகத்தான் இருந்தான். புஜங்கள் வலிமை யாக இருந்தன. ஜிம்னேசியம் போகிறான் போலும். யூனிஃபார்ம் அணியாததால், அவனைப் பார்த்தால் ஒரு போலீஸ் ஆபீஸர் என்று நினைத்துப் பார்க்கக்கூட முடியாது. மெல்லிய ரோஸ் நிற உதடுகள். சிகரெட் குடிக்க மறுத்தான்.

'தேவய்யா! இந்தக் கேஸில் முதலில் எனக்குப் படுவது காரணமற்ற தன்மை. இரண்டு கேஸிலும் இது ஒரு பொதுவான அம்சம்.'

'இரண்டுக்கும் சம்பந்தம் இருக்கிறது என்று...'

'நிச்சயம் அதில் சந்தேகமில்லை.'

'இரண்டிலும் ஓர் இளைஞன் வந்து விலாசம் விசாரித்திருக் கிறான். ரிம்லெஸ் கண்ணாடி அணிந்திருக்கிறான். இரண்டும் பொது இடத்தில் செய்யப்பட்ட கொலைகள். மிக முக்கியம். இரண்டுக்கும் காரணமே இல்லை. அருணாவை வெறுக்கக் கூடியவர்கள் எவரும் இல்லை. எல்லோராலேயும் விரும்பப் பட்ட அழகான பெண்... ப்ரேமா, வெல் பதிமூன்று வயசு... சிறிய பெண். இவளைப்போய் எதற்காகக் கொல்லவேண்டும்? எதற்காக? அதைக் கண்டுபிடித்துவிட்டால் ஆளைக் கண்டு பிடித்துவிடலாம். இருவருக்கும் பொதுவாக ஏதாவது இருக் கிறதா என்றுகூடப் பார்த்தேன். ம்ஹூ~ம்... இருவரும் பெண் என்பதைத் தவிர வேறு சம்பந்தமே இல்லை!'

எதற்காக ஓர் இளைஞன் ஒரு பெண்ணைப் பார்க்கில் தொடர்ந்து, மிகவும் துணிவுடன்... அவன் சுலபமாக அகப்பட்டிருக்கலாம். மாலை வேளை, ஜன நடமாட்டம் இருக்கும்போது கத்தியால் குத்திவிட்டுச் சென்றிருக்கிறான்... பத்து நாள் கழித்து மற்றொரு

பேட்டையின் மற்றொரு பள்ளிச் சிறுமியைத் தொடர்ந்து...
நீச்சல் குளத்தில் அழுத்திச் சாகடிக்கிறான். இரண்டுக்கும்
காரணமே இல்லை... பணமில்லை... நகை இல்லை... விபரீத
ஆசைகள் இல்லை. கற்பழிப்பு இல்லை... ஏன்?'

'அப்ஸரா... என்ன அர்த்தம்?'

'இந்தக் காகிதத்தை நான் ஒரு நாள் முழுவதும் யோசித்தேன்.
அப்ஸரா அப்ஸரா என்று இரண்டு தடவை எழுதியிருக்கிறது.
அது முக்கியமல்ல என்று படுகிறது. அப்ஸரா என்பது என்ன
என்று நாம் கண்டுபிடிப்பதைவிடக் காகிதம் எங்கிருந்து
வந்திருக்கும் என்பது பற்றி நாம் கண்டுபிடித்தால் உபயோகமாக
இருக்கும்.'

அந்தக் காகிதத்தை திருப்பிப் பார்த்தார். கோடுகள். வெறும்
கோடுகள்.

'ஸ்டேஷனரி, புக் பைண்டர், புத்தகங்களுக்கு ரூல் போடுபவர்
கள், சில அச்சகங்கள் எல்லா இடத்திலும் விசாரித்து விட்டேன்.
அவர்களுக்குச் சொல்லத் தெரியவில்லை' என்றார் தேவய்யா.

'ஏதோ ஒரு ஃபாரம் மாதிரித் தெரிகிறது. ஏதோ ஒரு ஃபாரத்தி
லிருந்து கிழிந்த காகிதத்தில் எழுதியிருக்கிறான். தலையும்
இல்லாமல் வாலும் இல்லாமல் வெறும் கோடுகள்.'

'இந்தக் கோடுகளில் ஒன்று கவனித்தீர்களா? ஆறாகப் பிரித்து ஒரு
இடைவெளி, அப்புறம் ஏழு தடவி, அப்புறம் நான்கு நான்காகப் பிரித்து
ஒரு இடைவெளி ... என்ன அர்த்தம்? ஹலோ சோமப்பா?'

'ஏன் சார்! பெரிய கான்ஃபரன்ஸா, அப்புறம் வரட்டுமா?'

'இல்லை. இருங்கள்.'

சோமப்பா ஸ்பெஷல் ஆஃபீஸர்.

'என்ன ஏதாவது கண்டுபிடித்தீர்களா?'

'கப்பன் பார்க் கேஸ்தானே! ம்ஹூம். மண்டையைப் போட்டு
உடைத்துக் கொண்டாகிவிட்டது. தலை தின்னுகிறது கேஸ்!'

'சோமப்பா! நீங்கதான் கம்ப்யூட்டர் கம்ப்யூட்டர் என்று
ஸ்பெஷலாக ஜப்பானுக்கு ட்ரெயினிங் எல்லாம் போய்விட்டு

வந்தீங்களே... இரண்டு மூன்று தடயங்கள் கொடுக்கிறேன். அதை வைத்துக்கொண்டு நீங்கள் வாங்கப் போகும் கம்ப்யூட்டர் யாரென்று கண்டுபிடிக்குமா?

'கம்ப்யூட்டர் பற்றி நீங்கள் எல்லாம் தப்பபிப்பிராயம் கொண்டிருக்கிறீர்கள். அது ஒரு வசீகரமான முட்டாள்! நாம் ப்ரொக்ராம் பண்ணினதைத்தான் அது செய்யும். சட்டென்று செய்யும். அதற்குமேல் ஒரு இம்மியளவுகூட அதால் செய்ய முடியாது. உங்கள் தடயங்கள் என்ன? எனக்கும்தான் சொல்லுங் களேன்.'

'மகானுபாவன் நிறைய விரல் அடையாளம் விட்டுப் போயிருக் கிறான். அதைப்பற்றி அவன் கவலைப்பட்டதாகத் தெரிய வில்லை. விரல் ரேகை ஆசாமிகள், இந்த ரேகைகள் அவர்களின் முந்தைய ரெகார்டுகளில் இல்லை என்று சொல்லிவிட்டார்கள். முதல் தடவை குற்றம் செய்கிறவன். அப்புறம் அப்ஸரா என்று எழுதிய காகிதம் ஒன்று அந்தப் பெண்ணின் அருகில் கிடந்தது. இதிலும் மிக மெலிதாக அவன் விரல் ரேகைகள் பதிந்திருப்பதை ஊர்ஜிதப்படுத்திவிட்டோம். அப்ஸராவுக்கு என்ன அர்த்தம் தெரியாது. அதை விட இதோ பாருங்கள்... அதன் பின்பக்கத்தில் கட்டம் கட்டமாகக் கோடிட்டிருப்பதை எங்களுக்கு இனம் கண்டு கொள்ள... என்ன?'

சோமப்பா அந்தக் காகிதத்தைத் திருப்பித் திருப்பிப் பார்த்து விட்டு, 'ஹே' என்றார்.

'என்னது?'

'என்னைக் கேட்டிருந்தால் அப்பவே சொல்லியிருப்பேனே! ஷியாம் சுந்தர், குற்றவாளி கம்ப்யூட்டருடன் சம்பந்தப்பட்ட வன்!'

'எப்படிச் சொல்கிறீர்கள்?'

'இந்தக் கோடுகள் ... இது கம்ப்யூட்டரில் ப்ரொக்ராம் எழுத உபயோகிக்கப்படும் கோடிங் ஷீட். நான் ட்ரெயினிங் அதில் தானே எடுத்திருக்கிறேன். Cobol ப்ரோக்ராம் எழுத உப யோகிக்கப்படும் கோடிங் ஷீட்டிலிருந்து கிழிக்கப்பட்டது இது?'

ஷியாம் சுந்தர் தேவய்யாவைப் பார்த்தார்.

'அப்பா! இப்போதுதான் கொஞ்சம் உறுதியான, தெளிவான தடயம் ஒன்று அகப்பட்டிருக்கிறது. தாங்க் யூ சோமப்பா. பெங்களூரில் எவ்வளவு கம்ப்யூட்டர்கள் இருக்கின்றன...'

'ஒரு இருபது இடத்தில் என்று நினைக்கிறேன்... என்னிடம் பட்டியல் இருக்கிறது...முதலில் பெரிய கம்ப்யூட்டர்கள் இருக்கும் இடத்தை விசாரியுங்கள். Cobol என்பது சாதாரணமாக பெரிய பிஸினஸ் கம்ப்யூட்டர்களில்தான் உபயோகிப்பார்கள்.'

ஷியாம் சுந்தருக்கு உடல் புல்லரித்தது. 'தேவய்யா, நாம் நம் தேடலின் முடிவுக்கு வந்துவிட்டோம். அல்லது முடிவின் ஆரம்பத்துக்கு...'

'எப்படிச் சொல்கிறீர்கள்?'

'என்னுள் ஒரு பட்சி சொல்கிறது... கம்ப்யூட்டர்களே! வரு கிறோம்.'

3

குடித்துக் கொண்டிருந்த சிகரெட்டை அணைத்தான்... டிராயரை மூடினான். மேஜையிலிருந்த காகிதங்களைத் தாற்காலிகமாக அணைத்தான். 'மணி!' என்றான்.

மணி நிமிர்ந்தான். 'எங்கே கிளம்புகிறாய்?'

'எனக்கு வேலை இருக்கிறது. பாஸ்கிட்டே சொல்லிவிடு.'

'ஏன் நீயே சொல்லிவிடேன்.'

'ஏய் சொல்லிடுடா?'

'என்ன உனக்கு?'

'ஒரு ஜோலி! எங்கம்மாவைப் பார்க்கப் போகிறேன்!'

'சென்ற மாதம் நீ எவ்வளவு நாள் வேலைக்கு வரவில்லை தெரியுமா? என்ன ஆச்சு உனக்கு? Of late உன் நடத்தையே ஒரு மாதிரி இருக்கிறது. இவ்வளவு சிகரெட் பிடித்து நான் பார்த்த தில்லை. அப்புறம் நீ ரொம்ப irrelevent ஆக எல்லாம் ப்ரோக்ராம் எழுதிக்கொண்டிருக்கிறாய்... நான் உன் நல்லதுக்குத்தான்

71

சொல்கிறேன். ஏதாவது உடம்பு சரியில்லை என்றால் டாக்ட ரிடம்...'

'ஷட்-அப். எனக்குப் பொன்மொழிகள் வேண்டாம். நான் ராம கிருஷ்ணரின் உபதேசங்கள் அத்தனையும் படித்திருக்கிறேன். உபதேசம் கொடுக்க நிறையப் பேர் இருக்கிறார்கள். நான் ஒரு ப்ரோக்ராம் எழுதப் போகிறேன். அந்தந்தச் சந்தர்ப்பத்துக்குத் தகுந்தாற்போல் உபதேசம், உபசாரம் சொல்ல ஒரு கம்ப்யூட்டர் ப்ரோக்ராம்... உடம்பு சரியில்லையா, கவலைப்படாதீர்கள். சரியாகப் போய்விடும். நவீன வாழ்க்கையில் ப்ளட் ப்ரஷர், ஹைப்பர் டென்ஷன், இன்ஸாம்னியா... என்று எவ்வளவு வியாதிகள் நாமாக வரவழைத்துக் கொண்டவை தெரியுமா?'

மணி குறுக்கிட்டு 'ஆல் ரைட், கெட் லாஸ்ட்!' என்றான்.

அவன் மணியின் அருகில் வந்து அவன் முதுகைத் தட்டிக் கொடுத்து 'டேக் இட் ஈஸி. ஒரு நிமிஷம் உன் டெலிபோனை உபயோகப்படுத்திக் கொள்ளட்டுமா?' என்றான்.

நம்பரைச் சுழற்றிக் கொண்டு காத்திருக்கும்போது மணியிடம், 'My only certainty in life is that I shall one day die, கே எஸ் ஆர் டி ஸி? ராங் நம்பர் குட் பை! மணி!'

மாடிப்படிகளில் மெதுவாக, நிதானமாக இறங்கினான். அந்தக் கட்டடத்தை விட்டு வெளியே வந்து பிளாட்பாரத்தில் நடந்த போது, ஒரு போலீஸ் ஜீப் கட்டட வாசலில் வந்து நிற்பதையும் அதிலிருந்து ஒரு போலீஸ் ஆபீஸரும் சாதாரண உடை ஆசாமி ஒருவரும் இறங்கி உள்ளே செல்வதையும் அசுவாரசியமாகப் பார்த்துவிட்டுச் சாலையைக் கடந்து, எதிர்ப்புறத்தில் நின்று முதலில் வந்த ஆட்டோவை நிறுத்தி, அதில் உட்கார்ந்து கொண்டு 'பஸ் ஸ்டேஷன் போப்பா' என்றான்.

4

'என்னை என்னம்மா பண்ணச் சொல்றீங்க? கதாநாயகி இல்லாம தோழிங்களை மட்டும் படம் எடுப்பாங்களா?'

'அதில்லையா நான் சொல்றது. அவுங்க வர்றாங்களா இல்லையா?'

'யாருக்குத் தெரியும்? வருவாங்க வருவாங்க. இன்னும் கொஞ்சம் வெயிட் பண்ணிப் பார்க்கலாம். அங்கேயே எங்கேயாவது மர நிழல்லே இருங்க. நான் கூப்பிடறேன். காபி சாப்பிட்டீங்களா?'

'இல்லையய்யா! வந்ததிலிருந்து ஒரு வாய்கூட ஊத்திக்கலை.'

'நேராப் போங்க. யூனிட்டுக்கிட்ட வேணுகோபால்னு ஒருத்தர் இருப்பாரு. அவர் சில்லரை தருவார். ஏண்டா துரை, இவர்களுக் கெல்லாம் காபி பார்த்துக் கொடுக்கக்கூடாது?'

மெதுவாக நடந்து வந்தாள். கோட்டை வாசல் அருகில் இளநீர் விற்றுக்கொண்டிருந்தார்கள். குரங்குகள் தம் குழந்தைகளுக்குப் பேன் பார்த்துக்கொண்டிருந்தன. 'கூல்டிரிங்ஸ்' என்று சின்னப் பையன்கள் பாட்டில்களைச் சப்தமிட்டுக் கொண்டிருந்தார்கள். மலை உச்சியில் காற்று, திடீரென்று கோபம் - திடீர் சாந்தம் என்று உறவாடியது. சுல்தான் கோட்டைக்குள் படம் எடுத்துக் கொண்டிருந்தார்கள். அவுட்டோர் யூனிட். பெரிய பெரிய தகரக் கண்ணாடிகள். டான்ஸ் மாஸ்டர் காலைத் தூக்கித் தூக்கி நடக்க, அருகில் அந்தப் பெண் அதே மாதிரி நடந்து பழக...

'இவங்கதானே ஹீரோயின்?'

'இவங்க செகண்ட் ஹீரோயின். இவ பணக்காரப் பொண்ணு. நீங்க நடிக்க வேண்டியது ஃபஸ்ட் ஹீரோயினோட. அவங்க இந்தக் கோட்டையிலே ஒரு ஏழைப் பொண்ணு... பீல்டுலே ஒரு சான்ஸ் நிச்சயம் இருக்குதுன்னு அஸிஸ்டென்ட் டைரக்டர் சொல்லியிருக்காரு. இருங்க, இருங்க!'

கூலிங் கிளாஸை எடுத்து மாட்டிக்கொண்டாள். இந்த ஜார்ஜெட் புடைவையை உடுத்திக்கொண்டு வந்திருக்கக் கூடாது. உடம்பெல்லாம் கசகச என்கிறது. குளித்தால் தேவலை போல இருந்தது சரஸ்வதி பாய்க்கு. நெடிதான மரங்கள். எத்தனை தடவை நந்தி ஹில்ஸுக்கு வந்திருக்கிறாள். பதினெட்டு வயதில் அந்தச் சிலோன்காரப் பையனுடன் வந்ததை மறக்க முடியாது.

தாரணியும் ராகினியும் இப்ப என்ன செய்து கொண்டிருப்பார்கள்? கேரம் விளையாடிக் கொண்டிருப்பார்கள்.

நிமிஷத்தில் சண்டை வந்துவிடும். கோபால் பார்த்துப்பான்னு நினைக்கிறேன்.

சினிமாலே இப்படித்தான். அஞ்சு நிமிஷத்துக்காக அஞ்சு மணி நேரம் காத்திருக்கணும். அந்த அஞ்சு நிமிஷம் படத்திலே வரவே வராது. ஒரு காலத்திலே அவளுக்கும் ஆசை இருந்தது. பழைய மாம்பலத்திலே ஒரு சந்திலே ஒரு ரூமிலே ஒண்டியிருந்து, கோடம்பாக்கத்துக்கு நடையாக நடந்து... நமக்கு உதவாது என்று விட்டுவிட்டாள்.

பத்து வயதுக்கு தாரிணி நல்ல உயரம். சின்னதும் ஊட்டமாய் வளர்ந்திருக்கு - அப்பனைப் போல.

'பேசாம அவுட்ஹவுஸிலே இருந்துக்க. மாசா மாசம் ஏதாவது குடுத்துடறேன். கல்யாணம் கில்யாணம்னு கலாட்டா பண்ணாதே...'

பஸ் வந்து நின்றது. இறங்கியவர்கள்மேல் குரங்குகளும் சிறுவர்களும் படையெடுத்தனர். எல்லோரும் இறங்கினதும் நிதானமாக அவன் இறங்கினான். தன் கண்ணாடியைத் துடைத்துக்கொண்டு சுற்றிலும் பார்த்தான். மெதுவாக நடந்தான். சரஸ்வதி பாய் இவனை எதிர்ப்படும்போது இவனை எங்கே பார்த்திருக்கிறோம் என்று...

அவன் அடையாளம் கண்டு கொண்டு விட்டான். 'சரஸ்வதி பாய்' என்று சிரித்தான்.

'அட நீங்களா! நேத்து ராத்திரி வந்திருந்திங்களே, நீங்கதானே!'

'ஆமாம்.'

'இங்கே இப்படி...'

'சும்மா ஃபிலிம் ஷூட்டிங் பார்க்கலாம்னு வந்தேன்! அப்படியே உங்களையும் பார்த்துவிட்டு...'

அவள் அவனை நேராகப் பார்த்தாள்.

அவள் உள்ளே ஒருவிதமாக உணர்ந்தாள். சட்டென்று அந்த சிலோன் இளைஞன் ஞாபகம் வந்தது.

'உங்கூட நடந்துகிட்டே, உங்க சிலோன் தமிளைக் கேட்டுக்கிட்டே மணிக்கணக்கா பொளுது போறதே தெரியாம...'

அவன் கறுப்பாகத்தான் இருந்தான். ஆனால் என்ன பளபளப்பு.

'என்ன சரஸ்வதி, ஷூட்டிங் ஆயிடுத்தா உங்களுக்கு?'

'என்ன பிரமாத ஷூட்டிங்? ஷூட்டிங்கைவிட பலகாரம் பண்றது தான் ஜாஸ்தி. இந்தப் படம் ஓடாது... இந்த மாதிரி காக்க வெச்சு வெறுப்பேத்தினாங்கன்னா!'

'காபி சாப்பிடலாமா? வர்றீங்களா?'

'இங்கே ஓட்டல் எல்லாம் சரியாக இல்லையே!'

'உள்ளே ஒரு ஹோட்டல், இறக்கத்திலே மலை முகட்டுலே இருக்குமே.'

'அங்கே எல்லாம் விலை ஜாஸ்தினா சொல்லுவாங்க...'

'அதைப் பத்தி நான்தானே கவலைப்படணும், வாங்க.'

சரஸ்வதியின்மேல் அவன் பட்டது மிக இயல்பாக இருந்தது. ரொம்பநாள் பழக்கப்பட்டவனைப்போல் காணப்பட்டான்...

மெதுவாக நடந்து, ஃபிலிம் யூனிட்டைக் கடந்து அந்த அழகான மாளிகை முற்றத்தைக் கடந்து, மலையை விண்டு அந்த அந்த இடத்திலே செருகப்பட்டிருப்பது போல அமைந்திருந்த ஹோட்டல் கட்டடத்துக்கு வந்து ஜன்னல் அருகே ஒரு மேஜை யில் உட்கார்ந்தார்கள்.

'காபி சாப்பிடறீங்களா, வேற ஏதாவது?'

'காபியே போதுங்க! இந்த இடத்தைப் பார்த்துக்கிட்டே இருந்தா பசியே எடுக்காது போல இருக்கே!'

'கட்லெட் சாப்பிடுங்க. நல்லாருக்கும். ரெண்டு கட்லெட்டப்பா!'

சரஸ்வதிபாய் கண்ணாடிக்கு வெளியே தெரிந்த காட்சியில் ஆழ்ந்திருந்தாள். அவர்கள் வந்த பாதைப் பரப்பு முழுவதும் தெரிந்தது. அதிலே ஒரு சிவப்பு பஸ், மூட்டைப்பூச்சி மாதிரி ஊர்ந்துகொண்டிருந்தது. எதிரே பாளம் பாளமாக பாறைக் குன்றுகள். நடு நடுவே பச்சைச் சதுரங்கள்.

'ரொம்ப அழகா இருக்குதுங்க. நான் எத்தனையோ வாட்டி நந்தி ஹில்ஸ் வந்திருக்கேன். இந்த ஓட்டலுக்குள்ளே நுழைஞ்ச தில்லை, உங்க பேரு?'

'ராஜா!'

'ப்ராமின்ஸா?'

'ஆமா.'

'கல்யாணம் ஆயிடுச்சா?'

'இல்லை.'

'அனுபவம் உண்டா?'

அவன் சரஸ்வதி பாயை நேராகப் பார்த்தான்.

'எந்த அனுபவம்?'

'ஹை! தெரியாத மாதிரி பாசாங்கு பண்றீங்களே?'

'எனக்குச் சொல்லித் தர்றீங்களா?'

'சொல்லிக் கொடுக்கற ஜாதியாத் தெரியலையே!'

'என்னைப் பார்த்தா எப்படித் தோணுது உங்களுக்கு?'

'பாத்தீங்களா! நீங்க ஏன் எங்க பாஷை பேசறீங்க? நான் உங்க பாஷை பேசட்டுமா? என்னைப் பார்த்தா எப்படித் தோண்றது உங்களுக்கு?'

'சரி, தோண்றது.'

'எப்படியா, அம்மாவுக்கு அடங்கின புள்ளை.'

'அம்மா இல்லியே!'

'அப்பா?'

'அப்பாவும் இல்லை!'

'பின்னே யார்தான் இருந்தாங்க?'

'யாராவது வேணுமா என்ன?'

'இன்னிக்கு எனக்கு முதல்லே ஏண்டா நந்தி ஹில்ஸ் வந்தோம்னு இருந்தது. இப்ப அப்படி இல்லை.'

'ஏன்?'

'உங்களை அப்படிப் பிடிச்சுப்போச்சு எனக்கு. எனக்குத் தெரிஞ்ச ஆசாமி மாதிரி இருக்கீங்க நீங்க!'

'நீங்ககூட!'

'யாரு அது?'

'எங்கம்மா!'

'சட்! இவ்வளவுதானா? நான் அவ்வளவு வயசானவளாவா இருக்கேன்?'

'எங்கம்மா உங்க வயசிலேதான் செத்துப்போயிட்டாங்க!'

'இந்த அம்மா தம்பி எல்லாம் வேண்டாம். ஃப்ரெண்ட்ஸ் மாதிரி வெச்சுக்கலாமா?' என்று அவன் கையைப் பற்றினாள்.

'ஏன் இவ்வளவு சில்லுன்னு இருக்குது உங்க கை!'

'உடம்புவாகு...'

5

'நீங்க சொல்ற அடையாளங்களைப் பார்த்தா... ஒரு நிமிஷம்' ராகவன் தன் மேஜை அருகில் இருந்த பட்டனை அழுத்த, அது எங்கோ சுரைந்தது, ஒரு பியூன் வர, 'ராஜா சாரைக் கூப்பிடு...'

'என்ன விஷயம்? எனிதிங் சீரியஸ்?'

'சொல்கிறோம். முதல்ல அந்த ஆளைப் பார்க்கணும் அவ்வளவுதான். பயப்படாதீங்க...'

'மணி உள்ளே வந்தான். 'ராஜா இல்லை சார். அவன் லீவு எடுத்துண்டு வெளியே போயிருக்கிறான்.'

'வந்திருந்தாரா?' என்றார் ஷியாம் சுந்தர்.

'வந்திருந்தான்... எனிதிங்?'

'ராஜாவும் மணியும் ஒரே செக்ஷன். நீங்க மணியை வேணா ஏதாவது கேட்கலாம்.'

'உக்காருங்க மணி!'

'ராஜா ஏதாவது வம்பிலே மாட்டிண்டிருக்கானா?'

'ஏன் அப்படிக் கேட்கிறீங்க?'

'ஆ.°ப் லேட் அவன் பிஹேவியர் ஒரு மாதிரி இருந்தது.'

'இண்ட்ரஸ்டிங்! எப்படி?'

'எப்பவாவது வருவான். எப்பவாவது போவான். அவன் செய்கிற வேலையும் மோசமாகிக்கொண்டே வர்றது... எதிர் பாக்க முடியாத சில காரியங்கள் எல்லாம் செய்வான்.'

'உதாரணம்?'

'ஒரு நாள் காலை ஆபீஸுக்கு வரவில்லை என்று போன் பண்ணிவிட்டு அரை மணிலே ஆபீஸ்லே வந்து நிக்கறான். வந்து ரெண்டு மணி நேரம் வேலை செஞ்சுட்டு மறுபடி கிளம்பி விட்டான்!'

'மிஸ்டர் மணி! சில தினங்களிலே அந்த ஆசாமி ஆபீசுக்கு வந்தாரா இல்லையா என்று தெரியவேண்டும்.'

'அட்டெண்டென்ஸ் ரிஜிஸ்டர் இருக்கிறதே! கொண்டு வரட்டுமா?' என்று ராகவனைப் பார்த்தான் மணி!

'கொண்டுவாருங்கள்.'

மணி சென்றதும், 'அவர் வேலை என்ன?' என்று கேட்டார்.

'யார்?'

'ராஜா.'

'ப்ரோக்ராமிங் அஸிஸ்டென்ட் என்று சொல்லுவேம். யூ ஸி. நங்கள் ஒரு தனியார் ஸ்தாபனம். இந்த கம்ப்யூட்டரை வாடகைக்குத் தருகிறோம். பெங்களூரில் பல தொழிற்சாலை கள், ஆலைகள் சொந்தமாகக் கம்ப்யூட்டர் வைத்துக்கொள் வதைவிட, மாதம் சிலமணி நேரங்கள் வாடகைக்கு எடுப்பது சிக்கனமானது என்று அறிவார்கள். அவர்களுக்கு நாங்கள் இந்த கம்ப்யூட்டர் வைத்திருக்கிறோம். நல்ல டிமாண்ட். எங்களுக்கு இரண்டு ஷிப்ட் நடக்கிறது. இந்த ராஜா ப்ரோக்ராமிங்

அசிஸ்டென்ட். மணியும் அந்த மாதிரியே. எட்டுப் பேர் இருக்
கிறார்கள்.'

அட்டென்டென்ஸ் ரிஜிஸ்டர் வந்தது.

'தேவய்யா, தேதிகள் ஞாபகமிருக்கிறதா? மிஸ்டர் மணி! ஒரு
நாள் காலை வந்துவிட்டு மறுபடி பன்னிரண்டு மணிக்குக்
கிளம்பிவிட்டார் என்று சொன்னீர்களே! அது என்ன தேதி?'

'மே 5-ம் தேதி!'

தேவய்யாவும் ஷ்யாம் சுந்தரும் ஒருவரை ஒருவர் பார்த்துக்
கொண்டார்கள். அந்த அட்டென்டென்ஸ் ரிஜிஸ்டரைப்
பார்த்தார்கள்.

அருணா இறந்த தினம் - வரவில்லை

மறுதினம் - வரவில்லை.

ப்ரேமா இறந்த தினம் - பாதி நாள்.

This does not prove anything. மிஸ்டர் மணி! உங்கள் நண்பரைப்
பற்றிய சரியான வர்ணனை ஒன்று வேண்டும். அவர் நீல ஷர்ட்
அணிவது உண்டா?'

'பார்த்திருக்கிறேன்!'

'நிறையத் தலைமயிர்?'

'ஆம்.'

'ரிம்லெஸ் மூக்குக்கண்ணாடி?'

'ஆம்.'

'ஒரு பல்...'

'வரிசை தவறி இருக்கும்.'

'எப்படிப்பட்ட மனிதர்?'

'ரொம்பவும் ஆழமான மனிதர் என்று சொல்லலாம். புத்திசாலி.
ஒரு காலத்தில் மிக நல்ல ப்ரோக்ராமராக இருந்தான். ப்ரில்லி
யன்ட் என்ற வகையில்கூடச் சொல்லலாம். மற்ற பேர்

எழுதுவதற்கும் இவன் எழுதுவதற்கும் நிச்சயம் வித்தியாச மிருக்கும். ஒரு 'க்ளாஸ்' தெரியும். ஆனால் சமீபத்தில்...'

மணி யோசித்துத் தொடரும்வரை ஷியாம் சுந்தரும் தேவய்யா வும் மௌனமாகக் காத்திருந்தார்கள்.

'வினோதமாக நடந்துகொண்டான். எரிந்து விழுந்தான், கலங்கி இருந்தான். வேலை செய்யாமல் என்னென்னவோ கிறுக்கிக் கொண்டு...'

'மிஸ்டர் ராகவன்! ஒரே ஒரு வேண்டுகோள். நாங்கள் அந்த ராஜாவின் மேஜையைச் சோதனை போட விரும்புகிறோம். நீங்கள் ஸர்ச் வாரன்ட் கேட்கலாம். கொண்டுவருகிறோம். அதற்குள் நேரம் தாழ்த்தாமல் இருப்பதற்கு அந்த மேஜையைப் பார்க்க விரும்புகிறோம்.'

ராகவன், 'வாட் இஸ் இட்? ஒன்றுமே சொல்லவில்லை. ராஜாவுக்கு ஏதாவது...' என்று கேட்டார்.

'ராஜாவுக்கு ஏதும் ஆகவில்லை, யூ ஸீ! நாங்கள் அவரைச் சந்தேகிக்கிறோம்.'

'என்ன?'

'கொஞ்ச நாளைக்கு முன் கப்பன் பார்க்கில் ஒரு பெண் கத்தியால் குத்தப்பட்டு...'

'மை காட்! ராஜாவா?'

'சந்தேகிக்கிறோம். அந்த மேஜையைக் காட்டுகிறீர்களா?'

ஆபீஸே ஸ்தம்பித்துவிட்டது. அவர்கள் தத்தம் இருக்கைகளில் உட்கார்ந்துதான் இருந்தாலும், ஓரக் கண்கள் அங்கேயே பார்த்தன.

அவன் மேஜை முழுவதும் காகிதங்கள், காகிதங்கள், பாதி எழுதப்பட்ட கம்ப்யூட்டர் ப்ரோக்ராம்கள். Aristos என்ற புத்தகம் மிக அதிகமாகக் கோடிடப்பட்டு... Thus Spake Zarathushtra... The Third Penguin Crossword Book. ஒவ்வொன்றையும் நிதானமாக நிறுத்தி காகிதம் காகிதமாகப் பார்த்தார்கள். மேஜை

மேல் இருந்த நாட்குறிப்பு காலண்டரைப் பார்த்தார்கள். டயரியைப் பார்த்தார்கள்.

இரண்டாவது டிராயரில் அந்த அகண்ட காகிதம் கிடைத்தது.

ப்ராஜெக்ட் அப்ஸரா.

ப்ரோக்ராமர் ராஜா.

அப்புறம் ப்ரோக்ராமின் சங்கேத பாஷையிலே வரிவரியாக...

'மிஸ்டர் மணி! இதைப் பாருங்கள்! இது என்ன? உங்கள் ஆபீஸ் சம்பந்தமானதா?'

அதைப் பார்த்து 'அப்ஸரா? ம்ஹ்ஊம். அப்படி ஒன்றும் ப்ராஜக்ட் எங்களிடம் இல்லையே!' என்றான்.

'என்ன அது?'

'பார்த்தால் ஒரு ப்ரோக்ராம் மாதிரித் தெரிகிறது.'

'ஸாரி. என்னை ஒரு பாமரனாக எடுத்துக்கொள்ளுங்கள். ப்ரோக்ராம் என்றால் என்ன?'

'ப்ரோக்ராம் என்பது கம்ப்யூட்டருக்கு வரிசையாகக் கொடுக்கப்படும் ஆணைகள். அதற்கு ஒரு பாஷை இருக்கிறது. இந்தப் ப்ரோக்ராம் கோபால் என்ற பாஷையில் எழுதப்பட்டிருக் கிறது.'

'என்ன எழுதியிருக்கிறது? இந்த ப்ரோக்ராம் என்ன செய்யும்?'

'பார்க்க வேண்டும். கொஞ்ச நேரம் ஆகும்.'

'காத்திருக்கிறோம்!'

ஷியாம் சுந்தர் ஒரு சிகரெட்டைப் பற்றவைத்துக் கொண்டு அதைத் தீர்க்கமாக உறிஞ்சினார். ஜன்னலுக்கு வெளியே தேவய்யா எட்டிப்பார்த்தார்.

'சார்' என்று ஷியாம் சுந்தரைக் கூப்பிட்டார்.

'என்ன?'

'அங்கே பாருங்கள்... ஜன்னலுக்கு எதிரே 'அப்ஸரா டெலர்ஸ் இன் அஸ்பெஸ்டாஸ்' என்று பெரிய போர்டு தெரிந்தது. இருக்கிற அப்ஸராக்களை எல்லாம் விசாரித்துப் பார்த்ததில் போன வாரம் இந்தத் தெருவுக்கு வந்தோம்!'

'என்ன மிஸ்டர் மணி!'

'இது ஒரு சின்ன ப்ரோக்ராம்தான். சென்ஸஸ் ஃபைலிலிருந்து நான்கு பெயர்களை தோன்றியபடி எடுப்பதற்காக ஒரு ப்ரோக்ராம் எழுதியிருக்கிறான். பெயர்களின் முதல் எழுத்துக் களை மட்டும் கொடுத்திருக்கிறான் அ-ப்-ஸ-ரா.'

'சொல்லுங்கள்.'

'பெங்களூர் ஜனங்களின் சென்ஸஸ் ஃபைல் ஒன்று எங்களிடம் இருக்கிறது. அரசாங்கத்துக்காக நாங்கள் செய்யும் ஒரு வேலைக் காக அமைக்கப்பட்ட ஃபைல். அந்த ஃபைலிலிருந்து Random Number Generation என்கிற ஒரு முறையை உபயோகப்படுத்தி நான்கு பெயர்களைத் தேர்ந்தெடுத்திருக்கிறான்... பெயர்கள்... விலாசம்...'

'அந்தப் பெயர்கள் இருக்கிறதா?'

'பார்க்கிறேன். ப்ரோக்ராம் ஓட்டின ரிஸல்ட் இருக்குமே... இதோ!

அருணா துரைஸ்வாமி

ப்ரேமா ஷிவ்தாசானி

சரஸ்வதி பாய்

ராமண்ணா

அப்ஸரா!

'விலாசங்களும் இருக்கின்றனவா?'

'ஆம்.'

'சரஸ்வதிபாயின் விலாசம் என்ன... க்விக்!'

'48ஏ, அல்சூர் டாங்க் ரோடு!'

'டெலிபோன் எங்கே?'

6

'தாரிணி, வாசல்லே ஜீப்பு வந்திருக்குது' என்றாள் ராகினி.

'அம்மா இல்லை?'

'ஷூட்டிங் போயிருக்காங்க. நீ நிஜப் போலீஸ்காரனா?'

'வீட்டிலே பெரியவங்க யாரும் இல்லையா, பாப்பா?'

'கோபால் இருக்குது.'

'கூப்பிடு கோபாலை!'

'குளிக்குது.'

'சீக்கிரம் கூப்பிடு! அவசரம்னு சொல்லு...'

நீர்த்திவலைகள் ததும்ப கோபால் பதுங்கிக்கொண்டு வந்தான். 'ஏதாவது குடித்துவிட்டுத் தப்புகிப்பு செய்துவிட்டோமா, என்ன? ரெண்டு நாளாக ஷாப்புக் கடைப் பக்கமும் போகவில்லையே!'

'சரஸ்வதி எங்கேங்க?'

'அவுங்க இல்லையே? ஏன் ஏதாவது...'

'எங்கேய்யா போயிருக்காங்க?'

'நந்திஹில்ஸ்ஸுக்கு! சினிமா ஷூட்டிங்குக்கு! ஏன்? என்ன தகராறு!'

'சமீபத்திலே யாராவது சின்னப் பையன் இந்த சரஸ்வதி பாயைத் தேடிக்கிட்டு வந்தானா?'

'சின்னப் பையன்னா? எத்தனை வயது?'

'இருபத்து அஞ்சிருக்கலாம். கண்ணாடி போட்டுக்கிட்டு ரிம்லெஸ் கண்ணாடி - அப்புறம் நிறையத் தலைமயிர்...'

'நேத்திக்கு வந்தாரே அங்கிள்! அவர்தான்!'

'நேத்திக்கு வந்தாரா?'

'ஆமா! அம்மாவைப் பார்க்க வந்தாரு... அவர்தான் சக்திவேல் ஆளுன்னு சொல்லிக்கிட்டு வந்தார். டிராமாவுக்குக் கூப்பிட்டுக் கிட்டு. அப்புறம் இன்னிக்கே வேற சக்திவேல் ஆள் ஒருத்தன் வந்தான். நேத்திக்கு ஒருத்தரையும் அனுப்பலை என்றான். எனக்குக்கூட ஒரு சந்தேகமா இருந்திச்சு.'

'அவங்க நந்திஹில்ஸ் இன்னிக்குப் போகப் போறது அந்த ஆள்கிட்ட சொன்னாங்களா?'

'எனக்குத் தெரியல்லே. நான் முதல்லே இல்லியே.'

'சொன்னாங்க. நான் இருந்தேன்' என்றாள் தாரிணி.

வெளியே ஜீப்பில் ரேடியோ கூப்பிட்டது!

7

மெதுவாக அவர்கள் இருவரும் வளைந்த பாதையில் நடந்து கொண்டு வந்தார்கள். சரஸ்வதி பாய் சிரித்துக்கொண்டு உற்சாகமாக வர ...

'உனக்கு என்னா வயசிருக்கும்?'

'இருபத்து நாலு இல்லை இருநூத்து நாற்பது. இரண்டாயிரத்து நானூறு!'

'தமாசு!' சிரித்தாள்.

'இருபத்து நாலு வயசிலே நீ எத்தனை கர்ள்ஸ் பார்த்திருக்கே?'

'ஒரு ஸ்கூல் நிறையப் பார்த்திருக்கேன்.'

சிரித்து, 'நான் ஸ்கூல் பெண்ணைச் சொல்லலை. வளர்ந்த பெண்ணை.'

அருணா!

'ஏம்ப்பா ஒரு மாதிரி ஆய்ட்டே! என்ன திடீர் திடீர்னு இப்படி...' அவன் கையைப் பற்றிக்கொண்டாள். 'ஏன் உன் கை இப்படி நடுங்குது... ஏம்ப்பா?'

'உக்காரலாம்' என்றான்.

84

பாதை யூ வடிவத்தில் வளைகிறபோது சுவரில் இருந்த இடைவெளியில் 'திப்புஸ் ட்ராப்' என்று எழுதியிருந்தது.

அவன் அந்த இடுப்புயரக் கல்சுவரில் உட்கார்ந்தான். பின்பக்கம் மலை சரேல் என்று சரிந்து இரண்டாயிரம் அடிக்குக் கீழ் ஒரு மாடு புல் மேய்ந்துகொண்டிருந்தது.

'அப்பாடா, இன்னிக்கு நல்லா அலைஞ்சாயிடுச்சு! உன்னோடயே மூன்று மணி நேரம் சுத்தியாச்சு! வா, வந்து உக்காந்துக்க. தலை சுத்துதுனியே!'

'திப்புஸ் ட்ராப்!' என்றான்.

'திப்பு சுல்தான் கதை ஒண்ணு சொல்லுவாங்க. பொண்டாட்டி வேற யாரையாவது மனசால நினைக்கிறாள்னு தெரிஞ்சாக்கூடப் போதுமாம். இங்கே கொண்டாந்து தள்ளி விட்டுடுவானாம். சுத்தக் கிராதகப் பய. டஜன்கணக்கா பொண்டாட்டி வெச்சிருந் தானாம். ஒத்திகூட ஒத்தனைப் பத்தி நினைக்கக்கூடாதாம். இன்னா நியாயம் இது?'

'ராஜா ராஜா, இந்தா காசு. போய் புவனேஸ்வரி கொட்டாய்லே போய் சினிமாப் பார்த்துவிட்டு வா! இந்தா காசு! போடா!'

சினிமாவுக்கு உற்சாகமில்லாமல் கிளம்பி மாசி வீதியில் திரும்பி கொஞ்ச நேரம் நூறு மணி நேரம் சைக்கிள் விடுகிறவனைப் பார்த்துக்கொண்டிருந்துவிட்டு, அப்படியே அவன் ஹாண்டில் பாரில் சாய்ந்து மிதக்க பனியனைக் கழற்றி வேறு பனியன் போட்டுக்கொண்டு லைம் ஜூஸ் ஒரு டம்ளர் சாப்பிட்டுவிட்டு பார்த்த சினிமாவையே எத்தனை தடவை பார்க்கிறது. வீட்டுக்குப் போய் சைக்கிள் விடலாம்.

வீட்டுக்குள்ளே இருட்டாக இருக்கிறது. வாசற்கதவு தாளிட்டு இருக்கிறது. பின்பக்கம் ஏறிக்குதித்து வரத் தெரியும். சைக்கிளை எடுத்துக்கொள்ள ரேழிப் பக்கம் செல்லக் கூடத்தைக் கடக்க...

ஊஞ்சல் நடுங்குகிறது.

தரையிலே பாய் போட்டிருக்கிறது.

அப்பா இல்லை.

'இந்த சிகரெட்டை மட்டும் புடிக்காதீங்கோ குமாரசாமி. எனக்குக் குமட்டிண்டு வரது...'

அப்படியே ஸ்தம்பித்து நின்றுகொண்டிருக்கிறான்...

'ஏ தம்பி! ஒரு கிளாஸ்லே, மோர் கொண்டா!'

எதிரே அவள் உட்கார்ந்திருக்கிறாள். அவள்தான்... கல்சுவர் மேல் உட்கார்ந்துகொண்டு கால்களை முன்னும் பின்னுமாகச் ஆட்டிக் கொண்டு.

'வா, என்கிட்டவந்து உட்காந்துக்க!' என்றாள் சரஸ்வதி பாய்,

வா குமாரசாமி! வா!

வா! வாடா!

ஆளரவமில்லை. கிர்ச் கிர்ச் என்று ஏதோ ஒரு காட்டுப் பறவை தான்... வெகுதூரத்தில் ஜீப் ஒலி! கண்களில் மாலை மாலையாகக் கண்ணீருடன் ஓடிவந்து அவளை ஒரே தள்ளாகத் தள்ளிவிட்டான்.

சற்றும் எதிர்பாராத விதத்தில் பின்பக்கமாக விழுந்த சரஸ்வதி பாயின் கை, ஆதிமனிதனுக்கு முன்பே நம் ரத்தத்தில் பதிந் திருக்கும் குரங்குத் தன்மையின் மிச்சத்தில் உடனே அங்கு பிடித்துக்கொள்ள ஒரு கொழுகொம்பு தேடியது. செடி கிடைத் தது. ஏறக்குறைய மூன்றடி குறுக்களவுள்ள பாறை ஒன்று சிதறிக் குதித்துக் குதித்து உற்சாகத்துடன் பூமி நோக்கி விழுந்து ரொம்ப நேரம் கழித்து கீழே சிதறியது.

ஏதோ ஒரு காட்டுச் செடியின் தாற்காலிக பலத்தில் இரண்டாயிரம் அடி உயரத்தில் மலைச்சரிவில் தொங்கினாள். 'அய்யோ! அய்யோ!' என்று உச்சக் குரலில் அலறினாள். கீழே பார்க்கத் தயங்கினாள். கைகளில் ரத்தம் கசிந்துகொண்டிருக்க, 'தாரிணி, ராகினி, கோபாலு' என்று அலறினாள். மேலே மிகப் பிரயத்தனத் துடன் பார்க்க அவன் அந்தக் கருங்கல் சுவரின் மேலேயே நின்றுகொண்டு அவளை நோக்கி,

'இன்னம் விழலியா நீ! இன்னம் விழலியா நீ? குதிக்கிறேன். உன்மேலே குதிக்கப்போறேன். ரெண்டு பேரும் சேர்ந்து ஏரோப்பிளேன் மாதிரி பறந்து போகலாம்.'

'ஐயோ! வேண்டாம், வேண்டாம், வேண்டாம்!'

அவன் அப்படியே அவள் மேல் குதிக்கக் குனிய, முரட்டுப் போலீஸ் கைகள் அவனை அலேக்காகப் பிடித்து வாங்கிக் கொண்டன!

'சரஸ்வதி பாய், அப்படியே இரு. ஒரே ஒரு நிமிஷம். ஒரு நிமிஷம், ரெண்டு நிமிஷம் கயிறு கொண்டுவந்திடறோம். பயப் படாதே! கொஞ்சம் பல்லைக் கடிச்சுக்கிட்டு அப்படியே இரு.'

8

அந்த அறை இருட்டாக இருந்தது. ஒரே ஒரு நாற்காலியின் மேல் அவன் உட்கார்ந்திருக்க, மற்றவர்கள் இருட்டில் இருந்தார்கள். கமிஷனர் மேலே இருந்து பார்த்துக் கொண்டிருந்தார். ஐ.ஜி. இருந்தார்.

'விளக்கை அணையுங்க. விளக்கை அணையுங்க. ப்ளீஸ். தலையை வலிக்குது.'

'ஏன் அவுங்க ரெண்டு பேரையும் கொன்னேன்னு சொல்லிடு. ராஜா, ஏன் அந்தப் பெண்ணைத் தள்ளிவிட்டாய்?'

'எனக்குத் தலைவலி.'

'ஏன் ராஜா, ஏன் கொன்றாய்?'

'விளக்கை அணையுங்க.'

'ஏன் கொன்னே?'

'நான் கொல்லலை. எல்லாமே விபத்து!'

'அருணாவைக் கத்தியால் குத்தலை நீ?'

'குத்தினேன்.'

'ஏன்?'

'விபத்து!'

'மூஞ்சிலே தண்ணி அடிய்யா.'

'இரு இரு' ஷியாம் சுந்தர் மெதுவாக அவனிடம் சென்று 'ராஜா, நீ நல்ல பையனில்லே!'

87

'ஆமாம்.'

'உண்மையைச் சொல்லிடு. விளக்கை அணைச்சுடலாம். ஏய் விளக்கை அணைடா, அவன் சொன்ன உடனே!'

'என்ன சொல்லணும்?'

'எதுக்காக அந்த அருணாவை, ப்ரேமாவைக் கொன்னே? எதுக்காக சரஸ்வதியைத் தள்ளிவிட்டே?'

'நான் உக்காந்திருந்தேன். ராத்திரி ஆபீஸ்லே ஸெகண்ட் ஷிப்ட்டிலே, எதுத்தாப்பல நியான் சைன் அப்ஸரான்னு எழுதியிருந்தது. தலை வலிச்சுது. ப்ரோக்ராம் எழுதினேன். கம்ப்யூட்டர் பேரு விலாசம் கொடுத்து, அவங்க நாலு பேரையும் போய்க் கொல்லுன்னு சொல்லித்து. அப்ஸரா அ-வுக்கு அருணா. ப்-க்கு ப்ரேமா ஸ-வுக்கு ஸரஸ்வதி, ரா-வுக்கு ராமண்ணா எங்கே? விளக்கை அணை ராமண்ணா!'

'ராஜா, நீ கொன்றது தப்பில்லையா?'

'ம்ஹூம். அவாளை எனக்குத் தெரியவே தெரியாது. எல்லாமே ஆக்ஸிடென்ட். கார் விபத்து இல்லையா? விமான விபத்து இல்லையா? அந்த மாதிரி விபத்து. எல்லாமே தற்செயலாக நடந்தது. முதல் எழுத்துக்களை நான் செலக்ட் பண்ணலை. ஜன்னலுக்கு வெளியே பார்த்தேன். அப்ஸரான்னு எழுதியிருந் தது. அப்புறம் கம்ப்யூட்டர் ஒவ்வொரு எழுத்துக்கும் ஒரு அட்ரஸ் கொடுத்தது. எல்லாமே தற்செயல். எனக்கு இதிலே சம்பந்தமே கிடையாது. நான் ஒரு ஆயுதம்! அவ்வளவுதான். என்னை வீட்டுக்கு அனுப்பி விடுங்க! தலை வலிக்கிறது. கிருஷ்ணான்னு தூங்கணும்.'

'பாஸ்டர்ட்! என்ன பாசாங்கு பண்றே? தோலை உரிக்கட்டுமா?' என்று உரக்கக் கத்தினார் தேவய்யா!

'தேவய்யா, மெல்ல மெல்ல.'

'பாசாங்கு செய்யறான் சார்.'

அவர்கள் பேசுவதைக் கண்களைக் குறுக்கிக்கொண்டு கவன மாகக் கேட்டான். வேறு யாரையோ பற்றிப் பேசுவது போல்.

'வேறு ஏதாவது கேட்கணுமா?'

'உட்கார்ரா!'

'எனக்குக் காலை வலிக்கிறதே. உடம்பெல்லாம் வலிக்கிறதே. யாரோ என்னை அடிச்சிருக்காளே. முட்டியிலே நிச்சயம் வலிக் கிறது. எனக்குக் களைப்பாக இருக்கிறதே. ப்ளீஸ். அப்புறம் கேளுங்களேன். தலை வலிக்கிறதே...'

நாற்காலியைவிட்டு எழுந்து தரையில் உட்கார்ந்து உடனே முழங்கால்களுக்கு இடையில் இரண்டு கைகளையும் பத்திர மாக்கிக் கொண்டு உடம்பைக் குலுக்கிக்கொண்டு படுத்துக் கொண்டு விட்டான். கருவில் குழந்தை போல். ஐ.ஜி. கமிஷன ரிடம், 'அவனை அரெஸ்ட் பண்ணுவதற்குள் சைக்கியாட்ரிஸ்ட் ஒருவரிடம் காட்டிவிடுங்கள். கோர்ட்டில் பிற்பாடு சிக்கல் ஏற்படும்' என்றார்.

முடிவுரை

பெங்களூர் பழைய சென்னை ரோட்டில் இருக்கும் ஆல் இண்டியா இன்ஸ்டிடியூட் ஆஃப் மெண்டல் ஹெல்த்தின் டைரக்டர் டாக்டர் ஸோலங்கியின் ரிப்போர்ட்.

'கேஸ் ஸ்டடி நம்பர் 117. நோயாளி இருபத்து மூன்று வயதுள்ளவன். இயற்பெயர் நடராஜன். மாற்றிக் கொண்ட பெயர் சிவராஜன். ராஜா என்று அழைக்கப் படுகிறான். பெங்களூர் போலீஸ் அனுப்பிய கேஸ். இ.இ.ஜி. நார்மல்.

நடுத்தரமான உடற்கட்டு. மிகவும் புத்திசாலித்தன மான இளைஞன். எம்.ஏ. கணிதம் பாஸ் செய்தவன். தனியார் துறையில் கம்ப்யூட்டர் வைத்து நடத்தும் கம்பெனியில் ப்ரோகிராம் எழுதும் வேலையில் இருந்த இளைஞன்.

பேஷண்டுடன் பேசியதில் மிகத் தெளிவான கணங்களும் மிகக் குழப்பமான கணங்களும் மாறி மாறி ஏற்படுவதைக் கவனித்தேன். சில வருஷங்க ளாகவே அவனுக்கு மைக்ரேன் வகைத் தலைவலி இருந்திருக்கிறது. அந்தத் தலைவலித் தாக்குதல் வரும்போது அவன் உடம்பு பதறி, வாந்தி எடுப்பு வந்து, ஒருவிதமான 'ஆரா' கூட இருந்ததாகச் சொன்னான்.

சைக்கோமெட்ரிக் பரீட்சைகளில் எதுவும் விபரீத மாகத் தென்படவில்லை. மோட்டார் செய்வினை

கள் எதிலும் பழுதில்லை. கண்கள் நேராகப் பார்க்க மறுக்கின்
றன. கொஞ்சம் கீழ் நோக்கிய பார்வை. அதிகமாக சிகரெட்
குடித்திருக்கிறான். குடிப்பழக்கம் இருப்பதாகத் தெரிய
வில்லை.

சிவராஜின் மனம் முழுவதும் பாழடைந்துள்ளது. அவனை
சைக்காட்டிக் வகையில்தான் சேர்க்கமுடியும். சிவராஜன் சிறு
வயதில் நல்ல படிப்புக்காக உதவிச் சம்பளங்கள் வாங்கிப்
படித்திருக்கிறான். ஏழைப் பிராமண குலத்தைச் சேர்ந்தவன்.
இவன் இளவயது ஏழ்மை, இவன் தந்தையின் அஜாக்கிரதை
யான போக்கினால் உண்டாக்கிக்கொண்ட ஏழ்மை. தாத்தா
வின் நிலங்களை எல்லாம் விற்றுவிட்டு, தந்தை சீட்டு,
குடிப்பழக்கம் எதிலும் குறைவில்லாது இருந்ததாகத் தெரி
கிறது. அதைவிட மிகச் சிறிய விஷயங்களுக்கெல்லாம் தந்தை
அவனை அடித்திருக்கிறார் என்று தெரிகிறது. குறிப்பாக
நெற்றியில் திருநீறு இடாமல் சாப்பிட வந்ததற்காக ஒரு
தடவை இவனைக் கீழே புரட்டி மிதித்திருப்பதைச் சொல்ல
லாம். தாயை அதீத வெறுப்புடனும் அன்புடனும் குறிப்பிடு
கிறான். தாயின் நடத்தையும் இவன் கண்முன்னே நடந்த ஒரு
விபரீதக் காட்சியும் மனத்தில் திரும்ப வருகின்றன. தந்தை,
தாயின் பிடிப்பிலிருந்து முழுவதும் விடுபடச் சொந்தமாகப்
படித்து வேலை தேடி, வேலை கிடைத்த ஒரு வருஷத்துக்குள்
தந்தை வயிற்றில் அல்ஸரினாலும் தாய் ஸிபிலிஸிலும்
இறந்திருக்கிறார்கள்.

இந்த ஆழமான வடு இவன் மனத்தின் அடித்தளத்தில் இருந்து
ததும்பித் ததும்பி வர, இவன் முதல் வெறுப்பு பெண்களிடத்தில்
ஏற்பட்டிருக்கிறது... பெண்களிடம் வலுவற்ற தன்மையும்
இருந்திருக்கிறது. மிகவும் கடுமையான கண்டிப்பான பிராமணச்
சூழ்நிலையில் சிறு வயதில் வளர்ந்து, மந்திரங்கள் கற்று,
ராமகிருஷ்ணரின் உபதேசங்கள் படித்து, அந்தச் சூழ்நிலைக்கும்
தாய் தந்தை இருவரின் முறைகேடான ஒழுக்கமற்ற நடத்தைக்
கும் இருக்கும் முரண்பாட்டை அவன் சிறிய மனத்தில் சரி
செய்துகொள்ள முடியவில்லை. இந்த முரண்பாடு இவன் குணா
திசயத்தின் ஆதாரச் சுருதி. இவனைச் சகஸ்ரநாமம் சொல்லச்
சொல்லிவிட்டு, தந்தை வாசலில் சீட்டாடிக் கொண்டிருந்திருக்
கிறார். தாய் வருவாய்க்காக வேற்று மனிதர்களுடன்

உறவாடியிருக்கிறாள். இருவருமே மனத்தில் இழைத்த தீங்கு அந்த இருட்டில் புதைந்திருந்து... பிற்காலத்தில் வெவ்வேறு வடிவங்களில் வெடித்திருக்கிறது. ஒரு விதத்தில் எதிர்ப்பு கணக்கில், கம்ப்யூட்டர் ப்ரோக்கிராம்களில் புத்திசாலித்தனம். இது ஆரோக்கியமான, தன்னை ஸ்திரப்படுத்திக்கொள்ளும் எதிர்ப்பு. மற்றொன்று எதிரானது. தாக்குவது... அழிப்பது... கொல்வது... அதன் உடல் சார்ந்த எதிர்ப்பு தலைவலி...நாஸியா மனம் சார்ந்த எதிர்ப்பு... எண்ணங்கள். அந்த எண்ணங்களின் ஆக்கிரமிப்பில் சிவராஜனை ஒர் அதீதமான சைக்கோபாத் என்றுதான் சொல்ல வேண்டும். இந்த நிலையில் அவனுக்குக் காரண காரியங்களின் தராதரங்கள் தெரிவதில்லை. பாவ புண்ணியங்கள் விளங்குவதில்லை. கொல்வதில் தனக்கு எதுவும் சம்பந்தமில்லை என்பதற்காகவே தன் ஆபீஸ் சீட்டின் எதிரே இருந்த அப்ஸரா என்ற பெயரை எடுத்துக்கொண்டு மிகவும் விஸ்தாரமாக கம்ப்யூட்டரில் ஒரு ப்ரோக்ராம் எழுதி அது தந்த பெயர்கள் உள்ள நபர்களை அணுகி அவர்களை ஒரு விதமான குற்ற உணர்ச்சியும் இல்லாமல் கொன்றிருக்கிறான். கொன்றது சரியா, தப்பா என்பது பற்றி அவனுக்குப் பிரச்னையே இல்லை. அவன் மனம் அதைப் பொருத்தவரையில் ஒரு வெட்டவெளி... அவன் ஒரு சைக்கோபாத்.

The psychopath is a socially aggressive highly impulsive person who feels little or no guilt and is unable to form bonds of affection with other human beings என்று மக்கார்ட் சொன்னது இங்கு நினைவுகூரத்தக்கது. சிவராஜன் சைக்கோபாத் மட்டுமல்ல, காரணகாரியங்களையும் செயல்களின் தராதரங்களையும் பாகுபடுத்த முடியாத நிலையில் ஏறக்குறைய மிருக நிலையில் இருக்கிறான். அவனை உடனே இன்ஸ்டிடியூட்டில் சேர்க்கவேண்டும் என்று சிபாரிசு செய்கிறேன். இவனை கோர்ட்டில் அழைத்துச் சென்று கூண்டில் அடைத்துக் குற்றம் சாட்டி வழக்கு நடத்தித் தண்டனை கொடுத்துச் சிறையில் அடைப்பதிலோ, அல்லது தூக்கில் தொங்கவிடுவதிலோ சமூகத்தின் எந்தவிதக் காரணமும் எந்த விதத்திலும் முன்னேறுவதில்லை. இது என் அபிப்பிராயம்.

ஒப்பம்.....'

'நான்சென்ஸ்' என்றார் கமிஷனர்.

'நீங்கள் எப்படி வேண்டுமானாலும் என்ன வேண்டுமானாலும் செய்யுங்கள். என்னை ரிப்போர்ட் கேட்டீர்கள். தந்திருக் கிறேன்!'

'யூ மீன், இவனை ஜெயிலிலிருந்து வெளியில் விட்டு உங்கள் ஆஸ்பத்திரிக்கு அனுப்ப வேண்டும் என்கிறீர்களா?'

'ஆம்!'

'எதற்கு?'

'மனித மனத்தைப் பற்றி இன்னும் தெரிந்துகொள்ள.'

'இவன் கொன்ற இரண்டு பெண்கள், இவன் செய்த குற்றங்கள் - இதற்கெல்லாம் பதில் சொல்வது யார்?'

'மிஸ்டர் கமிஷனர்! இந்தக் கொலைகள் பதினேழு வருஷங் களுக்கு முன்னாலேயே செய்யப்பட்டுவிட்டன! நடராஜன் ஆறு வயதில் இருக்கும்போது கட்டிலில் படுத்திருந்த குழந்தையை எழுப்பி அவனைக் கீழே படுத்துக்கொள்ளச் சொல்லிவிட்டு அவன் தூங்கினானா என்பது பற்றிக் கவலைப்படாமல் வந்தவனுக்குப் பசி தீர்த்த அந்தக் காட்சி அவன் உள்மனத்தில் ஆழமாகப் பதிந்ததே, அப்போதே இந்தக் கொலைகள் செய்யப்பட்டுவிட்டன. இதுதான் என் ரிப்போர்ட். வேண்டுமானால் எடுத்துக்கொள்ளுங்கள். இல்லை வேறு யாரிடமாவது கேட்டுக்கொள்ளுங்கள். என்னை மாஜிஸ்ட்ரேட் கோர்ட்டுக்குக் கூப்பிட்டால் நான் இதுதான் சொல்வேன்...'

வெளியே ஜீப்பில் கமிஷனரும் தேவய்யாவும் மௌனமாக வந்தார்கள்.

'வார்த்தைகள்' என்றார் தேவய்யா.

'கிழவன் உளறுகிறான். என்னிடம் விளையாடுகிறான். சுளை சுளையாக இரண்டு பேரைக் கொன்றுவிட்டு மூன்றாவது பெண்ணை அதளபாதாளத்தில் தள்ள இருந்திருக்கிறான்.

இவனை விட்டுவிடுவதாவது? நியூஸ் பேப்பர்காரர்கள் சும்மா விடுவார்களா? அசெம்பிளியில் கேள்வி மேல் கேள்வியாக வரும். நம் எல்லோருக்கும் வேலை போய்விடும்! வேறு ஏதாவது அவ்வளவு விஷயம் தெரியாத டாக்டரைப் பார்த்து வை. இந்த மாதிரி பதினெட்டு டிகிரி டாக்டர்கள் எல்லாம் வேண்டாம். சட்டுபுட்டென்று மாஜிஸ்ட்ரேட் கோர்ட்டில் தாக்கல் செய்துவிடலாம். குட்நைட்!'